ஜமா இஸ்லாமியா

ஓர் அறிமுகம்

ஜமா இஸ்லாமியா

ஓர் அறிமுகம்

பா. ராகவன்

எழுத்து
பிரசுரம்

Jama Islamiya: Or Arimugam
Author's Name: Pa Raghavan

Published by Ezutthu Prachuram

Ezutthu Prachuram
(An imprint of Zero Degree Publishing)
No. 55(7), R Block, 6th Avenue,
Anna Nagar,
Chennai - 600 040

Website: www.zerodegreepublishing.com
E Mail id: zerodegreepublishing@gmail.com
Phone: 89250 61999

Ezutthu Prachuram First Edition: October 2022
ISBN: 978-93-93882-69-1
TITLE NO EP: 372

Cover Design & Layout: Vijayan

ஒரு குறிப்பு

சர்வதேச தீவிரவாத இயக்கங்களின் நெட் ஒர்க் குறித்த விரிவான ஆய்வு நூலான ‘மாயவலை’யில் ஜமா இஸ்லாமியா ஒரு பகுதியாக இடம் பெற்றது. வாசக வேண்டுகோளுக்கிணங்க அது மட்டும் தனி நூலாக இப்போது வருகிறது.

பொருளடக்கம்

1

குண்டு ஒண்ணு வெச்சிருக்கேன்

ஏதாவது நல்ல காரியம் தொடங்குகிறார்கள் என்றால், அதை அறிவிப்பதன்பொருட்டு முதலில் நாகஸ்வர கேசட் போடுவார்கள். அல்லது ஒரு மூலையில் மேடை போட்டு வித்வான் உட்கார்ந்து வாசிக்கத் தொடங்குவார். சினிமா தியேட்டரில் படம் தொடங்குவதற்கு முன்னால் பீகாரில் வெள்ளம் என்று பிலிம் டிவிஷனின் மழை பொழியும் கறுப்பு வெள்ளைப் படம் காட்டுவார்கள். அட, ஒரு நல்ல ஹோட்டலுக்குப் போய் உட்கார்ந்து பாருங்கள். சாப்பிட நீங்களும் பரிமாற அவர்களும் ஆயத்தமாவதை உறுதிப்படுத்தும் விதத்தில் நீங்கள் கேட்காமலேயே ஒரு தம்ளர் தண்ணீர் கொண்டுவந்து வைப்பார்கள்.

ஏதாவது ஒன்றில் ஆரம்பித்தாக வேண்டும். ஆனால் பொருத்தமாக. சரியாக. எனில், ஒரு தீவிரவாத இயக்கம் தன்னுடைய ஒரு மிகப்பெரிய திட்டத்தை எப்படித் தொடங்கினால் சரியாக இருக்கும்?

உதாரணமாக, ஒரு குண்டு வைப்பதுதான் திட்டம் என்றால், அதை எப்படித் தொடங்கலாம்? 'அப்படைஸராக' எதை முன்வைக்கலாம்?

அல் காயிதா ஒரு மாதிரி. ஹமாஸ் ஒரு மாதிரி. ஹிஸ்புல்லா வேறு மாதிரி. ஒவ்வொருவருக்கு ஒரு பாணி. தெற்காசியாவின் அல் காயிதா என்று வருணிக்கப்படும் ஜமா இஸ்லாமியாவின் பாணி அனைவரிலிருந்தும் முற்றிலும் மாறுபட்டது. இந்தோனேஷியாவில் நிலைகொண்டு, சிங்கப்பூர், ப்ரூனே, தாய்லாந்து, பிலிப்பைன்ஸ், மலேசியா, ஆஸ்திரேலியா என்று கிளை பரப்பியிருக்கும் மிகப்பெரிய நெட் ஒர்க் கொண்டது. மத்தியக் கிழக்கு நாடுகளைச் சேர்ந்த பெரும்பாலான தீவிரவாத - போராளி இயக்கங்களுக்கு கிழக்கு மற்றும் தெற்காசியாவில் என்ன காரியம் ஆகவேண்டு மானாலும் உடனே, கூப்பிடு ஜமா இஸ்லாமியாவை!

நம்ப முடியாத அளவுக்கு ஆள் பலம். மிரட்டும் பொருளாதார பலம். உலகில் எந்த ஒரு நவீன ஆயுதம் புதிதாக உற்பத்தி செய்யப்பட்டாலும் உடனடியாக ஒரு காப்பி இந்தோனேஷியாவுக்கு வந்துவிடும் என்று சொல்லக்கூடிய அளவுக்கு ஆயுத பலம். சந்தேக மில்லாமல் ஆசிய நிலப்பரப்பின் அதி தீவிர இயக்கம் அது.

ஒசாமா பின்லேடனின் நம்பிக்கைக்குரிய தளபதிகளுள் ஒருவர் என்றும், அல் காயிதாவின் 9/11 திட்டத்தின் சூத்திரதாரியான காலீத் ஷேக் முஹம்மதுவின் உயிர்த்தோழர் என்றும் வருணிக்கப் படுகிற - இன்றைக்கு அமெரிக்க அரசால் கைது செய்யப்பட்டு க்யூபாவை அடுத்த ஒரு ரகசியத் தீவில் சிறைவைக்கப்பட்டு, பின்னர் ஜோர்டனுக்கு

மாற்றப்பட்ட ஹம்பாலி என்கிற ரிதுவன் இஸாமுத்தீனை *(Riduan Isamuddin)* ராணுவத் தலைவராகக் கொண்ட இயக்கம் இது.(சித்தாந்த, அரசியல் தலைவர்கள் தனி.)

ஜமா என்றால் கூட்டம் அல்லது குழு என்று சொல்லலாம். அர்த்தம் புரிந்துவிடுகிறது அல்லவா? எளிமையா பொருள்தான். ஆனால் ஜமா இஸ்லாமியாவின் செயல்பாடுகளை, அதற்கான காரணங்களை, அவர்களது நெட் ஒர்க் பலத்தைப் புரிந்துகொள்வது அத்தனை எளிமையானதல்ல. ஒரு தோற்றத்தில் தனியொரு தீவிரவாத இயக்கம் போலவும், இன்னொரு தோற்றத்தில் மிகப்பெரிய இயக்கங்களின் பகுதி நேர ஃப்ராஞ்சைசீஸ் போலவும் தெரியும். எந்தக் காரியத்தைத் தங்கள் சொந்த முடிவின்பேரில் செய்கிறார்கள், எதை அடுத்தவர்களுக்காகச் செய்துகொடுக்கிறார்கள் என்று கண்டுபிடிக்க முடியாது. ஆனாலும் தொடர்ந்து 'காரியங்கள்' செய்துகொண்டுதான் இருக்கிறார்கள். நூற்றுக்கணக்கில். பல நூற்றுக் கணக்கில்.

ஒரு பொருத்தமான உதாரணத்துடன் ஆரம்பிக்கலாம். முதலில் பார்த்த அந்த அபடைஸர்.

❍

அக்டோபர் மாதம் 12ம் தேதி, 2002ம் வருடம். டூரிஸ்டுகளின் சொர்க்கமான இந்தோனேஷியாவின் பாலித் தீவில் அது நடந்தது.

நேரம் இரவு பதினொரு மணி. அங்கே அது உறங்கும் நேரமல்ல. உல்லாச நேரம். உழைத்துக் களைத்தவர்கள், உல்லாசத்துக்கென்றே வந்தவர்கள் அத்தனை பேரும் இருட்டில் வெளிச்சத்தைத்

தேடிக்கொண்டிருந்தார்கள். ஹோட்டல்கள் நிரம்பி வழிந்துகொண்டிருந்தன. இரவு விடுதிகளில் பாட்டும் கூத்தும் அமர்க்களப்பட்டுக்கொண்டிருந்தன. நடனப் பெண்கள் ஒருபுறம், வாத்திய கோஷ்டிகள் மறுபுறம். இடையில் அரை மயக்கத்தில் சரிந்து கிடந்த டூரிஸ்டுகள்.

Paddy's Bar என்கிற இரவு விடுதிக்குள் ஒருவன் நுழைந்தான். குடிக்க வருபவன் மாதிரி. ஒரு வகையில் உண்மையும் அதுதான். ஒரே ஒரு திருத்தம். அவன் குடிக்கவந்தது மதுவை அல்ல. உயிர்களை.

அவனுக்கு அளிக்கப்பட்டிருந்த வேலை மிக எளிமையானது. உள்ளே போ. மறக்காமல் உடம்பில் ஒரு குண்டு கட்டிக்கொண்டு போ. கூட்டத்தின் நடுவே சென்று வெடிக்கச் செய்து செத்துப்போ. சாதாரண குண்டுதான். உன் ஒருத்தனைத்தான் அது கொல்லும். சில பேருக்கு காயம் ஏற்படலாம். அது முக்கியமல்ல. அது ஒரு ஸ்டார்ட்டர். அவ்வளவுதான். குண்டு வெடித்த அதிர்ச்சியில் பாரில் இருக்கும் அத்தனை பேரும் வெளியே ஓடி வரவேண்டும். என்ன ஒரு நூறு, இருநூறு, முன்னூறு பேர் உள்ளே இருப்பார்களா? போதும். அவர்கள் அத்தனை பேரும் பார் வாசலில் அலறிப் புடைத்துக்கொண்டு ஓடிவரும் அந்த ஒரு கணம் போதும். மிச்சத்தை வெளியே காத்துக்கொண்டிருக்கும் உன் சகாக்கள் பார்த்துக்கொள்வார்கள். பைதவே, நீ இறக்கப்போகிறாய். அது பிரச்னையில்லை. சொர்க்கத்தில் உனக்கு ஒரு சொந்த வீடு தயாராக இருக்கிறது. போய் வா.

அவன் போனான். முதுகுப் பக்கம் ஒரு வெடி குண்டைக் கட்டிக்கொண்டு. கையில் ரிமோட்.

செல்போன் மாதிரி. இரவு விடுதியில் யார் பரிசோதித்துக்கொண்டிருக்கப் போகிறார்கள்?

எனவே ஒரு பிரச்னையும் இல்லாமல் உள்ளே போனான். யாரோ பாடிக்கொண்டிருந்தார்கள். யார் யாரோ ஆடிக்கொண்டிருந்தார்கள். நூற்றுக்கணக்கான ஆண்களும் பெண்களும் வட்ட வடிவ மேசைகளை நிறைத்துக் குடித்துக்கொண்டிருந்தார்கள். சப்ளை செய்யும் பேரர்கள். சல்லாபம் செய்யும் இளசுகள். சங்கீதம் வழங்கும் கலைஞர்கள். நல்லது நண்பர்களே, இன்று உங்களுக்கு இறுதி நாள். நான் நாளை சொர்க்கத்துக்குப் போவேன். நீங்கள் நரகத்துக்குப் போங்கள்.

அவன் சற்றும் தயங்காமல் கையிலிருந்த ரிமோட்டை அழுத்தினான். குண்டும் அவனும் வெடித்துச் சிதறினார்கள்.

ஒரு கணம்தான். அந்த மாபெரும் ஹாலில் எழுந்த சத்தமும் கூச்சலும் குழப்பமும் புகை மண்டலமும் அத்தனை பேரின் போதையையும் இறக்கிவிட்டது. அலறிக்கொண்டு வெளியே ஓடத் தொடங்கினார்கள். அதுதானே அவர்கள் எதிர்பார்த்தது?

பாரின் வாசலில் தயாராக அவர்கள் ஒரு மிட்சுபிஷி காரை நிறுத்திவைத்திருந்தார்கள். ஆளில்லாத கார். ஆனால் வெடி மருந்து நிரம்பிய கார். மிகக் கவனமாகத் திட்டமிட்டுத் தயாரிக்கப்பட்ட அம்மோனியம் நைட்ரேட் கலவை அது. இந்தோனேஷியாவில் பரவலாகப் பயன்படுத்தப்படும் விவசாய உரத் தயாரிப்பு மூலப்பொருள். அதை ஒரு பிளாஸ்டிக் கண்டெயினரில் நிரப்பி, மேலுக்கு வேறு சில வீரிய ஜிகிரிகள் சேர்த்துத் தயாரித்திருந்தார்கள். தவிரவும் அதன் அளவு அதிகம். (துல்லியமான தகவல்

வெளியாகவில்லை. சம்பவத்தின் வீரியத்தைக் கொண்டு தீர்மானிக்கப்பட்டது இது.)

பாரை விட்டு மக்கள் கூட்டமாக வெளியே ஓடி வந்த கணத்தில் சுமார் அறுபத்தைந்து அடி தொலைவில் பதுங்கியிருந்து ரிமோட் கண்ட்ரோல் மூலம் அந்த வெடி மருந்தை வெடிக்கச் செய்தார்கள்.

பிராந்தியமே அலறிவிட்டது. வெடித்த குண்டின் சக்தி கற்பனைக்கு அப்பாற்பட்டது. ஒரே கணம்தான். 202 பேர் அலறக்கூட அவகாசமில்லாமல் இறந்துபோனார்கள். அதில் 165 பேர் வெளிநாட்டுக்காரரர்கள். கணிசமாக ஆஸ்திரேலியர்கள். இறந்துகொண்டிருந்தவர்களின் எண்ணிக்கை முன்னூறைத் தாண்டியது. குண்டின் வீரியத்தில் அந்தச் சாலையிலிருந்த அத்தனை கட்டடங்களுமே லேசாக அதிர்ந்தன. அருகிலிருந்த கட்டடங்கள் பலவற்றின் பகுதிகள் உடைந்து விழுந்தன. விரிசல் விடாத கட்டடமே இல்லை.

பாலியில் அது ஒரு முக்கியமான வர்த்தகப் பகுதி. ஜனக்கூட்டம் மிகுதி. வெளிநாட்டுக்காரரர்கள் எப்போதும் வந்து போய்க்கொண்டே இருப்பார்கள். தவிரவும் அமைதிக்கும் செழுமைக்கும் பேர்போன இடம். ஒரு வகையில் இந்தோனேஷியாவின் சரித்திரத்திலேயே அதற்குமுன் அப்படியொரு படு மோசமான தாக்குதல் நடத்தப்பட்டதில்லை.

திட்டமிட்ட தாக்குதல். ஒரு குறிப்பிட்ட கூட்டத்தை ஒரே இடத்தில் கூடவைத்து வெடி வைத்துத் தகர்ப்பது என்பதுகற்பனையேசெய்யமுடியாதகாரியம். கூட்டம் இருக்கும் இடத்தில் குண்டு வைத்திருக்கிறார்கள், அல்லது குண்டு வைக்கப்பட்ட இடத்தில் தெரியாமல் மக்கள் கூடி இறந்துபோயிருக்கிறார்கள்.

இது பொறியில் மசால்வடை வைத்து எலியை வரவழைத்துக் கொல்வது மாதிரியான காரியம். பாருக்குள் ஒரு தற்கொலைப் படை வீரனை அனுப்பி பலி கொடுத்ததுதான் ஒரே பெரிய செலவு. பதிலுக்கு அவர்கள் பெற்றது *202* உயிர்கள். தவிரவும் நிகழ்ந்த செயலுக்கு சாட்சியாக கார் வெடித்துச் சிதறிய இடத்தில் ஒரு மீட்டர் ஆழத்துக்கு ஒரு பள்ளமே ஏற்பட்டிருந்தது.

இரவு நேரம். எனவே நடந்த சம்பவத்தை முழுவதுமாக உள்வாங்கிக்கொள்ளும் நிலையில் அங்கே யாரும் இல்லை. அரை போதை ஒரு பக்கம். பதற்றம் ஒரு பக்கம். பயம் இன்னொரு பக்கம். சைரன்கள் ஒலிக்க காவல் வண்டிகள் வந்து சேர்ந்தன. இங்கே தீயணைப்பு வண்டிகள். அங்கே விசாரணை அதிகாரிகள். உடல்களையும் உயிர்களையும் மருத்துவமனைக்கு எடுத்துச் செல்லும் ஆம்புலன்சுகள் இன்னொரு பக்கம்.

துரதிருஷ்டவசமாக உள்ளூரில் இருந்த சங்லா மருத்துவமனையில் அத்தனை பேருக்கு சிகிச்சை அளிக்கவோ - குறைந்தபட்சம் படுக்கவைக்கவோ கூட வசதிகள் இல்லாமல் போய்விட்டது. தவிரவும் டாக்டர்களைத் தேடுவதிலும் பிரச்னை ஏற்பட்டது. இந்தக் காத்திருப்பிலேயே மேலும் பல உயிர்கள் போயின. பெரும்பாலான மக்கள் தீக்காயத்தில் தவித்துக்கொண்டிருந்தார்கள். முழு உடலும் பற்றி எரிந்துகொண்டிருந்த நிலையில் தண்ணீர் ஊற்றியும் துணியால் சுற்றியும் தீயை அணைத்து ரணகளமாக எடுத்து வந்து போடப்பட்டிருந்தவர்கள் அவர்கள். ஆகவே எழுந்த அலறலும் ஓலமும் குலைநடுங்கச் செய்வதாக இருந்தது.

முடிந்தவரை சமாளித்து சிகிச்சை அளித்துக் கொண்டிருந்தசமயத்தில்- சில நிமிட இடைவெளியில் செய்தி வடிவில் இன்னொரு குண்டு வந்து தாக்கியது. பாலியின் தலைநகரமான டென்பஸாரில் இருந்த அமெரிக்கத் தூதரகத்தில் இன்னொரு குண்டு வெடித்திருந்தது. மேற்படி கார் குண்டு சம்பவத்துக்குச் சில கணங்கள் முன்னதாகவே. இந்தக் களேபரத்தில் அந்தக் குண்டு வெடித்த செய்தி வந்து சேரக் கொஞ்சம் தாமதமாகியிருந்தது; அவ்வளவுதான்.

அலறிவிட்டது பாலித்தீவு. என்ன நடந்துகொண்டிருக் கிறது? அடுத்தடுத்து இரண்டு குண்டுகள் வெடித்திருக் கின்றன. ஒன்று நடு வீதியில். இன்னொன்று அமெரிக்கத் தூதரகத்தில். யார்? யார் செய்தார்கள்? எதற் காக? இரண்டோடு சரியா? இன்னும் இருக்கிறதா?

அந்த இரவு முழுவதும் பாலியில் யாரும் உறங்கவில்லை. குண்டு வெடித்த சத்தம் பல கிலோ மீட்டர்களுக்குக் கேட்டிருந்தது. சத்தத்துக்குப் போட்டியாக செய்தியும் விரைந்து பரவியதில், மக்கள் முழு இரவையும் வீதியிலேயே இருந்து கழித்தார்கள். பயம். பதற்றம். எந்தக் கணத்தில் இன்னும் என்ன நிகழுமோ என்கிற கலவர உணர்வு. யார் செய்திருப்பார்கள், எதற்காக என்கிற கேள்விகள். பேசிப்பேசித் தீர்த்தார்கள்.

மறுநாள் காலை காவல் துறைத் தலைமை அதிகாரி பேசினார். இந்தோனேஷியாவின் சரித்திரத்திலேயே இம்மாதிரியான கொடூரமான தாக்குதல் இதற்குமுன் நிகழ்ந்ததில்லை. சந்தேகமில்லாமல் இது ஜமா இஸ்லாமியாவின் வேலை. வேறு யாருக்கும் இத்தனை பலம் கிடையாது. இத்தனை திட்டமிடும் சக்தி கிடையாது. இத்தனை தீவிரமும் கிடையாது.

❍

பாலி குண்டுவெடிப்பு என்று சரித்திரத்தில் இடம்பெற்றுவிட்ட அந்தச் சம்பவத்துக்கு முன்னும் பின்னும் எத்தனையோ காரியங்களில் ஜமா இஸ்லாமியாக்காரர்கள் ஈடுபட்டிருக்கிறார்கள், வெற்றியும் தோல்வியும் மாறி மாறிப் பெற்றிருக் கிறார்கள். ஆனால் முதல் முறையாக அமெரிக்கா முதல் ஆஸ்திரேலியா வரை பரந்து விரிந்த முழு உலகமும் தெற்காசியத் தீவிரவாத நெட் ஒர்க் குறித்து, உட்கார்ந்து கவலைப்படத் தொடங்கியது அந்தச் சம்பவத்துக்குப் பிறகுதான்.

தவிரவும் செப்டெம்பர் *11, 2001*ல் அமெரிக்க வர்த்தக மையக் கட்டடங்கள் தாக்கித் தகர்க்கப்பட்ட அதிர்ச்சியிலிருந்தே உலகம் விடுபடாத நிலையில், (அதிலும் ஜமாவுக்குச் சம்பந்தம் இருந்தது!) சரியாக ஆறே மாதத்தில் இப்படியொரு தாக்குதலை நடத்தியிருக்கிறார்கள் என்றால் எத்தனை துணிச்சல், நெஞ்சுரம், தீவிரம்?

ஒரே சமயத்தில் இரண்டு தாக்குதல்கள். ஒன்றில் ஆஸ்திரேலியர்கள் எண்பதுக்கும் மேல் இறந்து போயிருந்தார்கள். இன்னொரு தாக்குதலின் இலக்கு அமெரிக்கத் தூதரகம். இங்கே இழப்பு பெரிதாக இல்லை என்றாலும் தாக்குதலின் நோக்கம் தெளிவாக இருக்கிறது.

ஜமா இஸ்லாமியா. யார் இவர்கள்? அப்போதிலி ருந்துதான் தீவிரமாக ஆராய ஆரம்பித்தார்கள்.

2

பழைய ஜமா, புதிய ஜமா

இந்தோனேஷியாவின் மக்கள் தொகை ஏறத்தாழ இருபது கோடி. (சிறு திருத்தம். தாழ இருக்க வாய்ப்பில்லை. ஏறிக்கொண்டுதான் இருக்கிறது.) இதில் கிட்டத்தட்ட தொண்ணூறு சதவீதம் பேர் முஸ்லிம்கள். மிச்சத்தில் ஹிந்துக்கள், பவுத்தர்கள், கிருத்தவர்கள், ஆதி மலாய் இனக்குழுக்களைச் சேர்ந்தவர்கள் என்று கலந்துகட்டிய சமூகம். பதினேழாயிரத்தி ஐந்நூறு குட்டித் தீவுகளை இழுத்துக்கட்டி இந்தோனேஷியா என்கிற அரசு சுதந்தரமாகச் செயல்படத் தொடங்கியது *1945* ஆகஸ்ட் *17* முதல். முன்னதாக நெதர்லாந்திடம் அடிமைப்பட்டுக்கொண்டிருந்த தேசம் அது.

பெரும்பாலான இடங்களில் நிகழ்ந்தது போலவே இந்தோனேஷியாவிலும் தொடக்க காலத்தில் மெஜாரிடி முஸ்லிம்கள் நிறைய அடிபட்டிருக் கிறார்கள். கொஞ்சநாள் அங்கே கிருத்தவர்கள் கை ஓங்கியிருந்தது. பவுத்தர்கள் கொஞ்ச காலம்.

மதச்சார்பற்ற மன்னார்சாமிகள் கொஞ்ச நாள். எனவே, வழக்கம்போல் வெறுப்புற்ற முஸ்லிம்கள், வழக்கம்போல் ஆயுதமேந்தத் தொடங்கியது 1940களின் தொடக்கத்தில்.

இந்தோனேஷியா சுதந்தரமடைந்தபோதே அங்கே பல குட்டிப் போராளி இயக்கங்கள் தீவிரமாக இயங்க ஆரம்பித்துவிட்டன. சுதந்தர இந்தோனேஷியாவை ஒரு முழுமையான இஸ்லாமிய நாடாக, ஷரியத்தின் அடியொற்றிய சட்டங்களைக் கடைப்பிடிக்கும் தேசமாக ஆக்குவதே அவற்றின் லட்சியம்.

நாற்பதுகளின் தொடக்கத்தில் அங்கே தாருல் இஸ்லாம் என்கிற இயக்கம் மிகவும் பிரபலம். கர்டோஸுவிர்யோ (Kartosuwiryo) என்கிற அந்த ஊரின் அந்நாளைய சூப்பர் ஸ்டார் அரசியல்வாதியின் கண்காணிப்பில் வளர்க்கப்பட்ட இயக்கம் அது. நிறைய அடிதடிகள், கொலைகள் செய்திருக்கிறார்கள். பிறகு அறுபதுகளில் இந்த இயக்கத்தின் செயல் பாடுகள் ஓய்வு பெறத் தொடங்கி, மெல்ல மெல்ல அதிலிருந்து பல பேர் பிரிந்து போகத் தொடங்கினார்கள்.

அப்படிப் பிரிந்தவர்களில் இரண்டு பேர் சேர்ந்து தொடங்கிய இயக்கம்தான் ஜமா இஸ்லாமியா.

அபூபக்கர் பஷீர், அப்துல்லா சுங்கர் என்கிற அந்த இரண்டு நண்பர்களும் முதலில் பல்வேறு குட்டித் தீவிரவாத இயக்கங்களை ஒருங்கிணைத்து ஒரு ஃபெடரேஷன் மாதிரி ஏதாவது செய்யமுடியுமா என்று தான் முயற்சி செய்து பார்த்தார்கள். 1965லிருந்து 1969 வரை நீடித்த இந்த முயற்சி வேலைக்கு ஆகவில்லை. இயக்கங்கள் ஒத்துழைக்கவில்லை என்பது ஒரு பக்கம் இருக்க, 1967ல் இந்தோனேஷியாவின் (முதல் அதிபர்

சுகர்னோவை ஒரு குட்டி ராணுவப் புரட்சியின் மூலம் தூக்கியடித்துவிட்டு) இரண்டாவது அதிபராகப் பதவிக்கு வந்த ஹாஜி முஹம்மது சுஹர்தோ *(Haji Mohammad Soeharto)*, தீவிரவாத இயக்கங்களுக்கு எதிராக மேற்கொண்ட மிகக் கடுமையான நடவடிக்கைகளும், அவரது கம்யூனிச எதிர்ப்பு கோஷங்கள் காரணமாகக் கிடைத்த அமெரிக்க ஆதரவும் உதவிகளும் அந்த அமெரிக்க - சோவியத் பனிப்போர் காலகட்டத்தில் இந்தோனேஷியாவின் முஸ்லிம் இயக்கங்களுக்குப் பெரிய இடைஞ்சலாக இருந்தன. அவர்களால் ஒன்று சேர முடியவில்லை.

எனவே அபூபக்கர் பஷீரும் அப்துல்லா சுங்கரும் தனியொரு இயக்கத்தைத் தொடங்குவதுதவிர தங்களுக்கு வேறு வழியில்லை என்று முடிவு செய்தார்கள். புதிய, வலுவானதொரு எதிர்ப்பு இயக்கத்தின் தோற்றத்துக்கும் செயல்பாட்டுக்கும் இந்தோனேஷியாவின் அரசியல் சூழ்நிலையில் கட்டாயமாக ஒரு தேவை இருப்பதாக அவர்கள் நம்பினார்கள். முன்னாள் ராணுவ ஜெனரல் சுஹர்தோ. அவரும் ஒரு முஸ்லிம்தான். அதிபரானதில் தவறில்லை. ஆனாலும் அமெரிக்க அடிவருடியாக அல்லவா இருக்கிறார்? ஒரு யோக்கியமான முஸ்லிம் எப்படி அமெரிக்க ஆதரவாளராக இருக்கமுடியும்? இஸ்ரேலுடன் கூட்டணி வைத்து, பாலஸ்தீனில் எத்தனை அட்டூழியம் செய்கிறார்கள்? மத்தியக் கிழக்கையே இரண்டாகப் பிளக்க அல்லவா பார்க்கிறார்கள்? தவிரவும் ஆப்கனிஸ்தானைப் பகடைக் காயாகப் பயன்படுத்தி, ஆசியாவில் மாபெரும் அபாயகரமான விளையாட்டொன்றை அரங்கேற்ற நினைக்கிறார்கள்.

அவர்களுக்கு அடுக்கடுக்கான காரணங்கள் இருந்தன. முக்கியமான காரணம், இந்தோனேஷியாவை

விடுவிப்பது. சுஹர்தோவிடமிருந்து மட்டுமல்ல. வலது - இடது சாரி அபாயங்களிடமிருந்து. ஒரு பரிபூரண இஸ்லாமிய தேசமாக அது ஆகவேண்டும். ஷரியத் ஒன்றுதான் சட்டமாக இருக்கவேண்டும். அந்நியர்களுக்கு இடமில்லை. அமெரிக்கர்களுக்கு அறவே இல்லை.

ஆகவே அவர்கள் ஜமா இஸ்லாமியாவைத் தொடங்கினார்கள்.

அபூபக்கர் பஷீர் ஒரு அரை இஞ்சினியர். ஆனால் முழுப் போராளி. இயக்கம் தொடங்குவது என்று முடிவு செய்ததுமே அவர் முதலில் ஒரு ரகசிய ரேடியோ ஒலிபரப்பை ஆரம்பித்தார். இந்தோனேஷியாவின் வளர்ச்சி பெறாத கிராமப் புறங்களிலும், காட்டுப்பகுதிகளில் வசிக்கும் ஆதிவாசிக் குழுவினர்களுக்கும் அரசியல் சொல்லித் தருவதற்கென்று தொடங்கப்பட்ட ரேடியோ அது.

அபூபக்கர் பஷீர், அப்துல்லா சுங்கர் இருவரும் தேசம் முழுவதும் பல கிராமங்களுக்குத் தமது நண்பர்களுடன் பயணம் செய்து, தங்கள் செலவிலேயே ரேடியோப் பெட்டிகளை வாங்கிக் கொடுத்தார்கள். செம ஹாட்டு மச்சி என்று அவர்கள் விளம்பரம் செய்யவில்லை. ஆனால் அந்த ரேடியோ நிகழ்ச்சிகள் உண்மையிலேயே மிகவும் சூடாகத்தான் இருந்தன.

இந்த ரகசிய ரேடியோ ஒலிபரப்பைத் தொடங்கி யவுடன்ஜாவாவில்ஒருபோர்டிங்பள்ளிக்கூடத்தையும் அவர்கள் தொடங்கினார்கள். ஏழை எளியவர்கள் தம் குழந்தைகளைக் கொண்டுவந்து சேர்க்கலாம். கல்விக்கட்டணம் கிடையாது. கல்வியும் கிடைக்கும். உணவும் கிடைக்கும். ஆனால் கண்டிப்பாக ஆங்கிலக்

கல்வி கிடையாது. இஸ்லாமியக் கல்விதான். இறைவனுக்காக உயிர் துறப்பதுதான் மிகப்பெரிய லட்சியம். அந்த லட்சியத்தை அடைவதற்கு இந்தப் பள்ளிக்கூடம் வழி சொல்லிக்கொடுக்கும் என்று பகிரங்கமாக போர்டு வைத்து ஆரம்பித்தார்கள்.

பாகிஸ்தான், ஆப்கனிஸ்தான் போன்ற தேசங்களில் அந்நாளில் இயங்கிக்கொண்டிருந்த மதரஸாக் களுக்கும் இந்த போர்டிங் மதரஸாவுக்கும் அடிப்படையில் ஒரு வித்தியாசம் இருந்தது. இந்தப் பள்ளிக்கூடத்தில் மாணவர்களுக்கு ஆயுதம் ஏந்தவோ, போரிடவோ அவர்கள் பயிற்சியளிக்கவே இல்லை. அது அவசியமில்லை என்று அபூபக்கர் பஷீர் நினைத்தார்.

நாம் சொல்லித்தரவேண்டியது கல்வி. ஏற்படுத்தவேண்டியது விழிப்புணர்வு. ஆயுதம் தான் தீர்வு என்று அவர்களுக்குத் தோன்றினால் அவர்களே அந்த வழிக்குப் போவார்கள். அரசியல் தீர்வு சாத்தியம் என்று நினைப்பார்களேயானால் அதுவும் சம்மதமே. நாம் கட்டாயப்படுத்த வேண்டாம் என்று சொல்லிவிட்டார். கல்வியில் மட்டும் குறை இருக்கக் கூடாது என்பது கண்டிப்பான உத்தரவு. மதப்பாடங்களுடன் சில கைத்தொழில்களையும் அங்கே சொல்லிக்கொடுத்தார்கள்.

ஆனால் ஜமா இஸ்லாமியாவுக்கு வேறு விதங்களில் ஆள் தேடும் படலம் தொடர்ந்தது. நண்பர்கள் இருவரும் நாடு முழுவதும் சுற்றுப்பயணம் செய்து சொற்பொழிவுகள் நடத்தினார்கள். பழைய போராளி இயக்கங்களிலிருந்து பலபேரைப் பேசிப் பேசிச் சேகரித்தார்கள். அவர்கள் மூலமாக இன்னும் பலபேரை வரவழைத்தார்கள். படித்து, வேலை

இல்லாமல் சுற்றிக்கொண்டிருந்த இளைஞர்களைத் தம் பக்கம் ஈர்ப்பதில் அதிகம் அக்கறை செலுத்தினார்கள்.

என்ன செய்யப்போகிறோம்?

முதலாவது, இந்தோனேஷியாவை அமெரிக்க அடிவருடிகளிடமிருந்து விடுவிப்பது. பரிபூரண இஸ்லாமிய தேசமாக்குவது. இரண்டாவது, கேலிக் கூத்தாக இருக்கும் அரசியல் கட்சிகளை ஒழித்துக்கட்டி பண்டைய கலீபாக்களின் ஆட்சியை அடியொற்றிய நவீன கால முடியாட்சியை அமைப்பது. மைனாரிடிகள் அவ்வப்போது துள்ளித்திரிவதை ஒடுக்குவது.

அவர்களுக்கு அதிகம் எரிச்சலூட்டிக்கொண்டிருந்தது, இந்தோனேஷியாவில் அந்தக் காலகட்டத்தில் ஊடுருவிக் கொண்டிருந்த அமெரிக்கத் தாக்கம்.

வாழ்க்கை முறையிலும் ஆட்சி முறையிலும் பொருளாதாரச் சீர்திருத்தங்களிலும் மற்றவற்றிலும் சுஹர்தோ அப்படியே அமெரிக்கப் பாணியைப் பின்பற்றக்கூடியவராக இருந்தார். நிறைய அமெரிக்க நிறுவனங்கள் அங்கே வந்து கடைவிரிக்கத் தொடங்கியிருந்தன. நைட் க்ளப்புகளும் பார்களும் பிற உல்லாசக் கேந்திரங்களும் இரவெல்லாம் ஜொலித்தன. சுற்றுலாப்பயணிகளின் சொர்க்கம் என்று கருதத்தக்க பல தீவுகள் இருந்தபடியால், மேற்கத்திய பாணியில் பல நட்சத்திர ஓட்டல்கள் திறக்கப்பட்டு களியாட்டங்கள் அரங்கேறிக்கொண்டிருந்தன. மண் வாசனை என்று ஒன்று உண்டா என்று கேட்கக்கூடிய அளவில்தான் பாரம்பரியத்துக்கு மரியாதை இருந்தது.

இதெல்லாம் அடிப்படைவாத மனோபாவம் கொண்டவர்களால் சகிக்க முடியாதது அல்லவா?

எனவே ஒழித்துவிட வேண்டுமென்று முடிவு செய்தார்கள். மெல்ல மெல்ல இயக்கத்தின் செயல்பாடுகள் ஆரம்பமாயின.

*1969*ல் தொடங்கப்பட்ட ஜமா இஸ்லாமியா முதலில் வீதிக் கலவரங்கள் மூலம்தான் அறிமுகமானது. ஏதாவது ஒரு அரசாங்க முடிவுக்குத் தங்கள் எதிர்ப்பைத் தெரிவிக்க விரும்பினால் திடீரென்று நான்கு வீதிகள் கூடுமிடத்தில் ஜமா சேருவார்கள். சில கற்கள் பறக்கும். அல்லது ஒரு பெட்ரோல் குண்டு பாயும். நாலு கடைகளின் ஷட்டர்கள் இழுத்து மூடப்படும்.

அத்துடன் திருப்தி கொண்டு போய்விடுவார்கள். எழுபதுகளின் இறுதியில்தான் முதல் முதலில் அவர்களுக்குத் தடையில்லாமல் வெடிபொருள்கள் கிடைக்கத் தொடங்கின.

அப்போதெல்லாம் இந்தோனேஷியாவில் வெடி குண்டு தயாரிக்க யாருக்கும் தெரியாது. அதெல்லாம் ஆப்கனிஸ்தான் அல்லது பாகிஸ்தானிலிருந்து தருவிக்கப்படும் வஸ்துவாகவே இருந்தது. சில ஆதிவாசிக் குழுவினரின் மத்தியில் நாட்டு வெடிகுண்டுகள் புழக்கத்தில் இருந்தன. அதிகம் வீரியமில்லாத குண்டுகள். ஒரு சுவரில் வீசினால் ஓட்டை போடும் அளவே வல்லமை மிக்க குண்டுகள். அதைக் கொண்டுதான் குட்டிக் கலவரங்களில் ஈடுபட்டுக்கொண்டிருந்தார்கள். செய்ய நினைக்கிற மாபெரும் புரட்சிக்கு இந்த வெங்காய வெடிகளெல்லாம் போதாது என்று அபூபக்கர் பஷீரும் அப்துல்லா சுங்கரும் நினைத்தார்கள்.

ஒன்று, சுயமாக ஆயுதம் தயாரிக்கக் கற்பது. அல்லது தடையில்லாமல் தருவிக்க வழி தேடுவது. இரண்டில்

ஒன்று உடனே செய்யவேண்டிய காரியம். இந்த யோசனையில் அவர்கள் தீவிரமாக இருந்தபோதுதான் சுஹர்தோ அவர்களைக் குறிவைத்தார்.

சுஹர்தோ பதவிக்கு வந்த முதல் நாளிலிருந்தே, போராளி இயக்கங்களை ஒடுக்குவதில் மிகத் தீவிரமாக இருந்தார். தன் ஆட்சிக்கு யாரிடமிருந்து எந்தெந்த வகைகளில் ஆபத்து வரும் என்று அவர் ஒரு சர்வே எடுத்திருந்தார். கம்யூனிஸ்டுகள், போராளிக் குழுக்கள், பண்ணையார்கள் என்று ரிசல்ட் வந்திருந்தது. எனவே இந்த மூன்று தரப்பினரையும் ஒழித்துக்கட்டுவதைத் தன் முதல் செயல்திட்டமாக அவர் வைத்துக்கொண்டிருந்தார்.

ஜமா இஸ்லாமியாவுக்கு முன்னால் இந்தோனேஷியாவில் இயங்கிக்கொண்டிருந்த இயக்கங்கள் அனைத்தையும் பெரும்பாலும் அழித்துவிட்ட சுஹர்தோ, அபூபக்கர் பஷீரையும் அவரது ஆதரவாளர்களையும் குறிவைத்தபோது அவர்கள் இருவரும் இந்தோனேஷியாவில் கணிசமான ஆள் பலமும் ஓரளவு நல்ல பெயரும் பொருளாதார பலமும் கொண்டவர்களாக உருப்பெற்றிருந்தார்கள்.

ஆயுதம்தான் அவர்களுக்குப் பெரிய பிரச்னையாக இருந்தது. கைவசம் நவீன ஆயுதங்கள் என்று எதுவுமே இல்லை. எல்லாம் நாட்டுச் சரக்குகள். திருப்தி கொள்ளுமளவுக்கு நல்ல ஆயுதங்கள் தமக்குக் கிடைக்குமா என்று அவர்கள் தேசத்துக்கு உள்ளேயும் வெளியேயும் தேடத் தொடங்கியபோதுதான் ஜமா இஸ்லாமியாவினர், மிக எளிதாக ராணுவத்தினரிடம் அகப்பட்டுக்கொள்ள ஆரம்பித்தார்கள். காரணமே தெரியாமல் பலபேர் தினசரி காணாமல் போகத் தொடங்கினார்கள். ஒரு நல்ல நாளில் அபூபக்கர்

பஷீரையும் அப்துல்லா சுங்கரையும் கூடப் பிடித்து விட்டார்கள்.

ஆயுத வேட்டையில் இறங்கியிருந்தார்கள் என்கிற காரணத்தையே அவர்கள் வெளியே சொல்லவில்லை. பஷீரின் போர்டிங் பள்ளியில் இந்தோனேஷியக் கொடிக்கு வணக்கம் செலுத்துவதில்லை, தனியே தன்னிஷ்டத்துக்கு ஷரியத் நீதிமன்றம் (கட்டைப் பஞ்சாயத்து என்றும் சொல்லலாம்) நடத்துகிறார் என்றெல்லாம் காரணங்கள் சொல்லிக் கைது செய்தார்கள்.

ஜமா இஸ்லாமியாவினருக்கு அப்போது எப்படித் தப்பிப்பது என்று தெரியவில்லை. நிறைய இழப்புகள், கிட்டத்தட்ட இயக்கமே உருக்குலைந்துவிடும் போலிருந்தது நிலைமை. தங்கள் தலைவர்களை எங்கே சிறை வைத்திருக்கிறார்கள் என்பதைக் கண்டுபிடிக்கவே அவர்களுக்குப் பலகாலம் தேவைப்பட்டது.

இதற்குமேல் ஒன்றுமில்லை; எல்லாம் முடிந்து விட்டது என்றுதான் எல்லோரும் நினைத்தார்கள். மறந்தும் போனார்கள். ஆனால் பஷீர் விழிப்புடன் இருந்தார். தக்க தருணத்துக்காகக் காத்திருந்து, யாரும் எதிர்பாராத ஒரு சந்தர்ப்பத்தில், 1982ம் ஆண்டு மலேசியாவுக்குத் தப்பிச் சென்றார்.

ஜமா இஸ்லாமியாவுக்கான புதிய ஜமா அப்போது சேர ஆரம்பித்தது.

3

ஆப்கனிலிருந்து ஆளைப்பிடி!

உலகின் அதிபயங்கரவாதிகள் என்று ஐக்கிய நாடுகள் அமைப்பு அளித்துள்ள பட்டியலில் முப்பத்தைந்தாவது இடத்தில் இருப்பவர் அபூபக்கர் பஷீர். ஆனால் அவரது ஜமா இஸ்லாமியா இருப்பது முதல் பத்து இடங்களுக்குள். தென் கிழக்காசியாவில் எந்த ஒரு தீவிரவாத நடவடிக்கை மேற்கொள்ளப்பட்டாலும், முதலில் ஜமாவுக்கு அதில் தொடர்பிருக்கிறதா என்றுதான் புலனாய்வு அமைப்புகள் பார்க்கும். இல்லை என்று தெரிந்தால் மட்டுமே மற்றவர்களை கவனிப்பார்கள். அந்தளவுக்குப் பிராந்தியத்தின் ஏகபோக பயங்கரவாத இயக்கமாக ஜமா இஸ்லாமியா உருவானது எப்படி என்பது மிகவும் விறுவிறுப்பான கதை.

1938 ஆகஸ்ட் 17ம் தேதி ஜாவா தீவில் பிறந்தவரான அபூபக்கர் பஷீர், 1983ல் இந்தோனேஷிய அதிபர் சுஹர்தோவால் கைது செய்யப்பட்டு சிறையில் அடைக்கப்பட்ட காலம் வரைக்கும் தனது

நோக்கத்துக்கும் செயல்பாடுகளுக்கும் எவ்வித இடையூறும் ஏற்பட்டுவிடாமல் சர்வஜாக்கிரதை யாகத்தான் பார்த்துக்கொண்டு வந்தார். ஒரு சாராருக்கு அவர் ஒரு தீவிரவாத மனோபாவம் கொண்டவர் என்பது தெரியும். பெரும்பான்மை மக்களுக்கு பஷீர் ஒரு கல்வியாளர். ஏழை எளியவர்களுக்கு போர்டிங் பள்ளிக்கூடம் நடத்தும் நல்லவர். தவிரவும் அடித்தட்டு மக்களின் சட்ட ரீதியிலான பிரச்னைகளை எளிதில் தீர்த்துவைக்கும் பஞ்சாயத்துக்காரர். அவ்வளவுதான்.

இந்த இரட்டைத் தோற்றத்துடன் அவரால் வெற்றி கரமாகப் பல ஆண்டுகள் உலாவர முடிந்திருக்கிறது. பஷீர் கைதானபோது இந்தோனேஷியர்கள் பலரால் அதை நம்பவே முடியவில்லை. அவரா அவரா என்று வியப்பில் வாய் பிளந்து நின்றார்கள். உண்மையில் அவர் கைதானபோதுதான் இந்தோனேஷியாவில் அவரால் உருவாக்கப்பட்ட தீவிரவாதப் பயிர் அதுநாள் வரை எத்தனை செழித்து வளர்ந்திருக்கிறது என்கிற விவரமே தெரியவந்தது.

கைதான பிறகும் கூட இரண்டாண்டு காலம் வரை அவர் சிறையில் கண்ணியவானாக, சட்டரீதியில் வழக்கை எதிர்கொள்ளக்கூடியவராக மட்டுமே இருந்தார். திடீரென்று 1985ல் பஷீர் தப்பிவிட்டார் என்கிற செய்தி வந்தபோதுதான் அத்தனை பேருக்கும் மூச்சு ஒரு கணம் நின்று இயங்கியது.

தப்பிவிட்டாரா? எப்படி?

சுஹர்தோ கேட்ட முதல் கேள்வி இதுதான். ஏனெனில் வழக்கமான கைதிகளுக்கு இருந்த காவலைக் காட்டிலும் பல மடங்கு அதிகமான காவல் பஷீருக்கு அளிக்கப்பட்டிருந்தது. அவர் குளிக்க, தொழப் போனால் கூட கூடவே இரண்டு சிறைக்காவலர்கள்

ஆயுதம் தரித்து உடன் செல்வார்கள். கிட்டத்தட்ட ஆறு மாத காலம் பஷீர் சிறை இருந்த அறையின் வாசலிலேயே தினசரி இரண்டு காவலர்கள் நிறுத்தப்பட்டிருந்தார்கள். மற்ற கைதிகளின் அறைகளுக்கெல்லாம் எட்டடி உயரத்தில் ஒரு சன்னல் என்றால், பஷீர் இருந்த அறைக்கு மட்டும் பதினொரு அடி உயரத்தில் சன்னல். மற்ற கைதிகள் உலவ ஒரு நேரமென்றால், பஷீர் அறைக்கு வெளியே வந்து உலவ தனியொரு நேரம். உலவும்போது நான்கு காவலர்கள் அவருடனேயே நடந்தாக வேண்டும். அவர் நின்றால் அவர்களும் நிற்பார்கள். அவர் உட்கார்ந்தால் அவர்களும் உட்காருவார்கள். அவர் படுத்தால் அவர்களும் படுப்பார்கள்.

ஒரு சார்லி சாப்ளின் படம் பார்ப்பது போலத்தான் இருக்கும். பஷீர் சிறையில் இருந்த காலத்தில் மிகவும் நேர்த்தியாகவே நடந்துகொண்டார். காவலர்களிடம் மரியாதையாகவே பேசுவார். அவர்களது சொந்த சோகங்களுக்குச் செவி கொடுப்பார். தம்மால் அவர்களுக்கு உதவ முடியுமானால் தயங்காமல் சொல்லும்படி ஊக்குவிப்பார். இந்தோனேஷியாவின் போராளி இயக்கங்கள் குறித்து மட்டும் மூச்சுவிட மாட்டார். எவ்வகையிலாவது பேச்சு அந்தப் பக்கம் மாறுமானால் உடனே மௌன விரதம் மேற்கொண்டுவிடுவார்.

இரண்டாண்டு காலத்தில் பஷீர் சிறை அதிகாரிகளின் நம்பிக்கைக்குரிய கைதி ஆகியிருந்தார். அவர் தப்பிச் செல்லக்கூடியவர் என்றே யாரும் எண்ணியிருக்க வில்லை. ஆனாலும் அவர் தப்பித்தது எப்படி என்பது இன்றுவரை புதிர்தான்.

ஒரு மருத்துவப் பரிசோதனைக்காக ஆஸ்பத்திரிக்குச் சென்றபோது தப்பிவிட்டார் என்று ஒரு சிலரும்,

தண்டனைக் காலம் முடிந்து வெளியேறவேண்டிய வேறு ஒரு கைதிக்கு பதிலாக அவர் வெளியேறி விட்டார் என்று வேறு சிலரும் தொடர்ந்து பலகாலம் சொல்லிக்கொண்டிருந்தார்கள்.

உண்மையில் பஷீர் தப்பித்த விவரத்தை இந்தோனேஷிய அரசாங்கம் மறைத்துவிட்டது. அல்லது அரசுக்கே அந்த விவரம் தெளிவாகத் தெரியவில்லை என்றுதான் கொள்ளவேண்டும். ஆறு சிறைக்காவலர்களுக்குப் பதவி பறிபோனது ஒன்றுதான் லாபம்.

சிறையிலிருந்து தப்பித்த பஷீர் மூன்று தினங்கள் ஜகார்த்தாவிலேயேதான் சுத்திக்கொண்டிருந்திருக் கிறார். அப்படியும் கோட்டைவிட்டுவிட்டது காவல்துறை. அதன்பிறகு அவர் ஒரு வர்த்தகக் கப்பலில் ஒளிந்துகொண்டு சுமத்ரா தீவுகளுக்குத் தப்பிச் சென்றார். சில மாதங்கள் சுமத்ராவில் சுத்திக் கொண்டிருந்துவிட்டு, அங்கிருந்து மலேசியாவுக்கு வந்தார்.

பல காலம் தன்னுடைய அடையாளத்தை மறைத்துக் கொண்டு அமைதியாக இருந்தவர் மெல்ல மெல்ல வெளியே வரத் தொடங்கினார். மீண்டும் ஒரு கல்வியாளராக. மீண்டும் ஒரு பிரசாரகராக. மீண்டும் ஓர் ஆசிரியராக.

பஷீருக்கு தொடக்கம் முதலே கிராமப்புற மக்கள் மீதுதான் கவனம் குவிந்திருந்தது. அவர்களுக்குத்தான் அவர் அதிகம் கல்வி கற்றுக்கொடுத்தார். அவர்களுக்குத்தான் அவர் அரசியல் சொல்லிக் கொடுத்தார். அவர்களிடமிருந்துதான் தனது படைக்கு அவர் ஆள் திரட்டவும் தொடங்கினார்.

ரகசியமாகச் செயல்பட்டது போதும் என்று அவர் முடிவு செய்தது எண்பதுகளின் இறுதியில். அதிகார பூர்வமாக ஜமா இஸ்லாமியா தொடங்கப்பட்டதும் அப்போதுதான்.

1980ம் வருடம் தொடங்கி அடுத்த எட்டு, ஒன்பது ஆண்டு காலம் உலகம் முழுவதையும் ஒரு ஜுரம் பிடித்து ஆட்டியது நினைவிருக்கலாம். அமெரிக்க சோவியத் பனிப்போரின் உச்சக்கட்ட காலம் அது. ஆப்கனிஸ்தானை நிலைக்களனாகக் கொண்டு அமெரிக்காவும் சோவியத் யூனியனும் மோதிக்கொண்ட நேரம். உலகம் முழுவதிலுமிருந்து பல இஸ்லாமிய இளைஞர்கள், யாரும் அழைக்கா மலேயே ஆப்கனின் விடுதலைக்காகத் தம்மால் இயன்ற பணியைச் செய்வதற்காக காபூலையும் கராச்சியையும் நோக்கிப் போய்க்கொண்டிருந்தார்கள்.

அப்படிப் போன பலர் ஒசாமா பின்லேடனிடம் தஞ்சம் புகுந்தார்கள். சிலர் ஐ.எஸ்.ஐயிடம் அடைக்கல மானார்கள். இன்னும் சிலர் ஆப்கனின் பல்வேறு ஆதிவாசிப் படைகளுடன் ஐக்கியமானார்கள்.

ஏராளமான போராளிக் குழுக்கள் அங்கே இருந்தன. சிறியதும் பெரியதுமான குழுக்கள். தலைவர்களை மட்டுமே கொண்ட குழுக்கள். தொண்டர்கள் இருந்தும் சரியான தலைமை வாய்க்காத குழுக்கள். எல்லாம் இருந்தும் ஆயுத பலமில்லாத குழுக்கள்.

இந்தக் குழுக்களையெல்லாம் ஒருங்கிணைத்து ஏதாவது உருப்படியாகச் செய்து ஆப்கனை சோவியத் யூனியன் பிடியிலிருந்து விடுவிக்க முடியுமா என்று பார்த்த மிகப்பெரும் தலைவர்கள் அடங்கிய ஒரு தனிக்குழு. அவர்களுக்கு உதவி செய்துகொண்டிருந்த சவூதி அரேபிய அரசாங்கத்தின் ரகசியக் குழு ஒன்று.

எல்லாவற்றுக்கும் மேலாக ஆப்கன் போராளிகளை வைத்து சோவியத்திடம் விளையாடத் திட்டம் தீட்டிக்கொண்டிருந்த சி.ஐ.ஏ. அவர்கள் ஒசாமா பின்லேடனை வளைக்கப் பார்த்தார்கள். ஆயுதம் வேண்டுமானால் ஆயுதம். பணம் வேண்டுமானால் பணம். என்ன கேட்டாலும் தருகிறேன், யுத்தத்தில் ஆப்கானியர்கள் ஜெயிக்கவேண்டும் என்று தேசிய உணர்வைத் தூண்டிவிட்டு, குளிர்காயப் பார்த்துக்கொண்டிருந்தார்கள்.

உலகமெங்கிலுமிருந்தும் ஆப்கனுக்கு வந்து குவிந்த இளைஞர்களை அப்போது ஒசாமா பின்லேடனும் அவரது ஞானத் தந்தை போல் செயலாற்றிக்கொண்டிருந்தஅப்துல்லாஅஸம்என்கிற மார்க்க அறிஞரும் வசீகரித்துக்கொண்டிருந்தார்கள். ஒசாமாவுக்கு அப்போது போராளி இமேஜ் கிடையாது. சவூதியைச் சேர்ந்த பணக்கார வாலிபர் என்கிற இமேஜ்தான். அப்துல்லா அஸம், பேர் பெற்ற போராளி. பாலஸ்தீனில் யாசிர் அரஃபாத்துடன் இணைந்து பி.எல்.ஓவில் செயல்பட்டுக் கொண்டிருந்தவர். என்னவோ சொந்தத் தகராறில் உறவை முறித்துக்கொண்டு, தனது சேவையை ஆப்கனுக்கு வழங்குவதற்காக பாகிஸ்தானில் வந்து முகாமிட்டிருந்தார்.

இந்த இருவரும் இணைந்து செயலாற்றிக் கொண்டிருந்த வேகத்தையும் திட்டமிடலையும் பார்த்த சர்வதேச முஸ்லிம் இளைஞர்களில் பலர் தேடி வந்து இவர்களிடம் அடைக்கலமானார்கள்.

அப்படி வந்தவர்களுள் இந்தோனேஷிய முஸ்லிம் இளைஞர்களின் எண்ணிக்கை மிகவும் அதிகம்.

கிட்டத்தட்ட இருநூறு பேர் அப்போது இந்தோனேஷியாவிலிருந்து பாகிஸ்தான் வந்து அப்துல்லா அஸமின் நிழலில் போர்ப்பயிற்சி பெற்று, ஆப்கன் யுத்தத்தில் பங்குகொண்டதை அங்கே மலேசியாவில் உட்கார்ந்து கொண்டு பஷீர் பார்த்துக்கொண்டிருந்தார்.

இந்தோனேஷியாவில் தாம் செய்ய உத்தேசித்திருந்த காரியத்துக்கு அந்த இளைஞர்கள்தான் சரி என்று அவருக்குத் தோன்றியது. ஆர்வமும் துடிப்பும் மிக்க இளைஞர்கள். யாரோ புண்ணியத்தில் இப்போது போர்ப்பயிற்சியும் பெற்றுக்கொண்டிருக்கிறார்கள். யுத்தம் முடிவதற்குள் போர்க்கலையில் மிகவும் முன்னேறிவிடக் கூடியவர்கள். யுத்தம் முடிந்து ஊருக்குத் திரும்புகிறவர்களுக்கு நாம் வேலை கொடுத்தால் என்ன?

இதுதான் யோசனை. இதுதான் செயல்திட்டம். பஷீர் தனக்கு நெருக்கமான நண்பர்களுடன் இந்த விஷயம் குறித்து பல வார காலம் மிகத் தீவிரமான ஆலோசனைகளை நடத்தினார். பிறகு நம்பகமான, ஓரளவு போர்ப்பயிற்சி பெற்ற இந்தோனேஷியக் குழு ஒன்றைத் தயாரித்து, தேர்ந்தெடுத்து, தம் சார்பில் ஆப்கனுக்கு அனுப்பிவைத்தார். கட்டளைகள் மூன்று.

முதலாவது அவர்கள் ஆப்கன் யுத்தத்தில் பங்குபெற வேண்டும். ஒசாமா பின்லேடன் மற்றும் அப்துல்லா அசமின் நம்பிக்கைக்குரிய படைப்பிரிவாக அறியப்படும் அளவுக்குத் திறமை காட்டவேண்டும்.

இரண்டாவது, ஆப்கனில் போரிட்டுக்கொண்டிருக்கும் இந்தோனேஷிய இளைஞர்களை ஒருங்கிணைத்து, போருக்குப் பின் அவர்கள் இந்தோனேஷியாவுக்குத் திரும்பி வரும்போது அடைக்கலம் புகுவதற்கு

ஜமா இஸ்லாமியா தன் கதவுகளைத் திறந்துவைத்திருக்கிறது என்பதை எடுத்துச் சொல்ல வேண்டும். இயக்கத்தின் நோக்கம், அருமை பெருமைகள் அனைத்தையும் அவர்களுக்குப் புரியும் விதத்தில் எடுத்துச் சொல்லவேண்டும்.

மூன்றாவது, யுத்தத்தின் முடிவு எப்படியானாலும் அந்த இளைஞர்கள் மனச்சோர்வு அடையாதவண்ணம் அவர்களை அடைகாக்க வேண்டும். எப்போதும் ஊக்குவித்து, தட்டிக்கொடுத்து, உற்சாகப்படுத்திக்கொண்டே இருக்கவேண்டும். அவர்களது பயணம், ஜமா இஸ்லாமியாவை நோக்கியதுதான் என்பதையும், ஆப்கன் யுத்தம் ஒரு வாசல்படி மட்டுமே என்பதையும் எப்போதும் நினைவூட்டிக்கொண்டே இருக்கவேண்டும்.

இந்தக் கட்டளைகளைச் சுமந்துகொண்டு ஆப்கனுக்குப் புறப்பட்டுப் போனது பஷீரின் படை.

பெரிய கஷ்டம் ஏதுமில்லை அவர்களுக்கு. யுத்த காலத்தில் அப்போது ஆப்கன் - பாகிஸ்தான் எல்லை என்பது சுங்குவார் சத்திரம் மாதிரிதான் இருந்தது. விசா, பாஸ்போர்ட் கெடுபிடிகள் எதுவும் மருந்துக்கும் கிடையாது. யாரும் எப்போது வேண்டுமானாலும் எங்கு வேண்டுமானாலும் போய்வரலாம். அவசியம் இருந்தால் பாகிஸ்தான் அரசே அவர்கள் இருபுறமும் போய்வர உதவி செய்யும். பணம் கொடுக்கும். ஆயுதம் கொடுக்கும். எதுவும் கொடுக்கும். யுத்தத்தில் இறுதி வெற்றி ஆப்கனுடையதாக இருக்கவேண்டும். கடவுள் நம்பிக்கையற்ற, கம்யூனிஸ்டுகளான சோவியத்துகள் மண்கவ்வித் திரும்பினால் போதும்.

அது ஒரு விதமான மன நிலை. நம்ப முடியாத அளவுக்கு சர்வதேச முஸ்லிம் சமூகத்தின் அடியாழம்

வரை ஊடுருவியிருந்தது. ஆப்கானியர்கள் பட்ட கஷ்டம் கொஞ்சமில்லைதான். விடுதலைக்காகத் தவித்துக்கொண்டிருந்தவர்களுக்கு உதவி செய்ய நினைத்ததில் தவறும் இல்லை. ஆனாலும் அன்றைய பாகிஸ்தான் அரசும் சரி, அமெரிக்க உளவுத்துறையும் சரி. ஆப்கன் யுத்தத்தை முன்வைத்து தம் சொந்த நலனுக்குச் செய்துகொள்ள நினைத்த காரியங்கள் அநேகம். அது இங்கே அநாவசியம். தேவை ஏற்பட்டால் வேறொரு சமயம் பார்க்கலாம்.

மேற்படி இந்தோனேஷியக் குழு ஆப்கனுக்கு வந்து திட்டமிட்டபடி இந்தோனேஷிய இளைஞர்களை அடையாளம் கண்டு பேச்சு கொடுக்கத் தொடங்கியது. மிகச் சீக்கிரத்தில் அவர்களுடைய நம்பிக்கையையும் அவர்களால் பெறமுடிந்தது. யுத்தம் முடிந்தபோது பல தேசத்து இளைஞர்கள் தம் சொந்தச் செலவில் ஊர் திரும்பவேண்டிய நிலையில் (சிலர் ஒசாமாவுடனும் சிலர் வேறு சில குழுக்களுடனும் இணைந்தது போக.) இந்தோனேஷிய இளைஞர்களை மட்டும் நயா பைசா செலவின்றி ஊருக்கு அழைத்துப்போகும் பொறுப்பை பஷீர் அனுப்பிய பிரத்தியேகக் குழு ஏற்றுக்கொண்டது.

அப்படிச் சென்ற இளைஞர்கள்தாம் ஜமா இஸ்லாமியாவின் தூண்களாகப் பின்னாளில் ஆனார்கள். அவர்களில் ஒருவர்தான் ஹம்பாலி என்கிற ரிதுவன் இஸாமுத்தீன்.

4

ஓசாமா தரிசனம்

கிட்டத்தட்டப் பத்தாண்டு காலம் நடைபெற்ற ஆப்கன் - சோவியத் யுத்தத்தைத் தொடாமல் உலகில் உள்ள பெரும்பாலான தீவிரவாத இயக்கங்களின் பிறப்பையும் செயல்பாட்டையும் பற்றிப் பேசவே முடியாது. தொட்டுத்தொட்டு ஏதாவது ஒரு வகையில் அத்தனை இயக்கங்களும் ஆப்கனிஸ்தானுடன் ஒரு தொடர்பு வைத்திருக்கிறது. ஆயுதத் தொடர்பு இல்லாது போனாலும் போதைத் தொடர்பாவது. அதுவும் இல்லாவிட்டால் அனுதாபத் தொடர்பாவது.

உலக அளவில் இன்று ஒரு பூதம் மாதிரி எழுந்து நின்றுகொண்டிருக்கும் பயங்கரவாதத்தின் வேர் எங்கே இருக்கிறது என்று தேடிக்கொண்டு போனால் ஆப்கனிஸ்தானிலும் அங்கு நடைபெற்ற அந்த யுத்தத்திலும் அதற்கு தூபம் போட்டு வளர்த்துவிட்ட அமெரிக்காவிலும்தான்.

இருக்கட்டும். நாம் இப்போது ஜமா இஸ்லாமியாவை கவனித்துக் கொண்டிருக்கிறோம். தனது தொண்டர் களை ஆப்கனிஸ்தானிலிருந்து கண்டுபிடித்து

அழைத்துவந்த ஜமா இஸ்லாமியா. ஒரு வகையில் இந்தோனேஷியாவை மத்தியக் கிழக்கின் ஏனைய அனைத்துத் தீவிரவாத - போராளி இயக்கங்களுடனும் நெருக்கமான தொடர்பு கொண்ட தேசமாக மாற்றம் கொள்ளச் செய்ததற்கு இந்த ஆப்கன் தொடர்புதான் அதிமுக்கியக் காரணம்.

அவரவர் தேசங்களிலிருந்து தன்னார்வப் போராளிகளாக ஆப்கனிஸ்தானுக்கு வந்து பத்தாண்டு காலம் தங்கி, பயிற்சி பெற்று, யுத்தத்தில் பங்கேற்ற காலத்தில் இந்தப் போராளிகளிடையே நெருக்கமும் நட்பும் உருவானது. பெரும்பாலும் அப்போது அவர்கள் யாரும் எந்த இயக்கத்தையும் சேர்ந்தவர்கள் அல்லர். வெறும் தன்னார்வலர்கள். லாரி கிடைத்தால் ஏறி கட்சிக்கூட்டங்களுக்குப் போகிற அப்பாவிகள் போல ஆப்கனுக்குப் போய் யுத்தம் புரிந்தவர்கள்.

அட இத்தனை ஆயிரம் பேர் ஆர்வமுடன் புனிதப்போர் புரிய வருகிறார்களே என்று கவனித்து, அந்தச் சந்தர்ப்பத்தை விடாமல் பயன்படுத்திக்கொள்ள நினைத்ததன் பேரில்தான் அல் காயிதா போன்ற இயக்கங்கள் தோன்ற ஆரம்பித்தன. அந்தந்த தேசங்களின் அரசியல் சூழ்நிலை, நெருக்கடிகளின் அடிப்படையில் ஆங்காங்கே வேறு பல இயக்கங்கள் உருவாயின. லெபனானில் ஹிஸ்புல்லா, பாலஸ்தீனில் பல்வேறு இயக்கங்கள், ஈரானில் சில ஷியா இயக்கங்கள், இராக்கியப் போராளி அமைப்புகள், சவூதி அரேபிய கெரில்லாப் படைகள், போஸ்னியாவில் பல்வேறு ஆயுத அமைப்புகள், இந்தோனேஷியாவில் ஜமா இஸ்லாமியா, இன்ன பிற தேசங்களில் இன்னபிற அமைப்புகள்.

ரமணா படம் ஞாபகம் இருக்கிறதா? காலேஜ் ப்ரொபசர் விஜயகாந்திடம் படித்து, பல்வேறு இடங்களில்

பணியாற்றப் போகிற மாணவர்கள் ஒருங்கிணைந்து ஒரு காரியம் செய்யவேண்டுமென்றால் வரிந்து கட்டிக்கொண்டு வருவார்கள் இல்லையா?

அதே மெக்கானிசம்தான். ஆப்கன் யுத்தத்துக்குப் பிறகு பல்வேறு தேசங்களுக்குப் போய் பல்வேறு அமைப்புகளைத் தோற்றுவித்து, இந்தப் போராளிகள் செயல்பட ஆரம்பித்தபிறகு ஒரு அவசர ஆத்திரமென்றால் ஒருத்தருக்கு ஒருத்தர் உதவி செய்ய உடனே முன்வந்துவிடுவார்கள். எல்லாம் பழைய பாசம், பழைய நட்பு.

இதனைத்தான் நெட் ஒர்க் என்று பின்னாளில் சொல்லத் தொடங்கினார்கள்.

ஜமா இஸ்லாமியா தோன்றியபோது அதன் முதல் பலம் இந்த நெட் ஒர்க்காகத்தான் இருந்தது. ரிதுவன் இஸாமுத்தீன் என்கிற ஹம்பாலிக்கு ஒசாமா பின்லேடன் முதல் அத்தனை மூத்த போராளி இயக்கத் தலைவர்களுடனும் மிக நெருக்கமான தொடர்பு உண்டு. ஜமாவின் ஸ்தாபகரான பஷீருக்கு இது மிகப்பெரிய ஆச்சர்யம். நினைத்த மாத்திரத்தில் உலகின் எந்த மூலையில் உள்ள இயக்கத்துடனும் ஹம்பாலியால் தொடர்பு கொள்ள முடிந்தது. என்ன காரியத்தை வேண்டுமானாலும் சாதித்துக்கொள்ள முடிந்தது.

அதற்கு முன்னால் ஒரு சில ஆயுதங்கள் வேண்டியிருந்தால் கூட மிகப்பெரிய அளவில் மெனக்கெட்டால்தான் சாத்தியம் என்றிருந்த பஷீருக்கு ஹம்பாலியின் வரவுக்கும் ஈடுபாட்டுக்கும் பிறகு என்ன நினைத்தாலும் முடியும் என்கிற நிலைமை உண்டானதில் மிகப்பெரிய மகிழ்ச்சி. குறிப்பாக, ஆப்கன் யுத்தத்துக்குச் சென்ற போராளிகளில் பலர்

அமெரிக்கத்தயாரிப்பானஇயந்திரத்துப்பாக்கிகளைக் கணிசமாகக் கொண்டுவந்திருந்தார்கள். தவிரவும் கண்ணி வெடிகள், இதரசில குண்டுகள், கைத்துப் பாக்கிகள் என்று அவர்கள் எடுத்து வந்திருந்த பல ஆயுதங்கள் ஜமா இஸ்லாமியாவின் தொடக்க கால 'வளர்ச்சி'க்குப் பேருதவி புரிபவையாக இருந்தன.

அது மட்டுமில்லாமல், ஹம்பாலி இயக்கத்தின் வளர்ச்சிக்குத் தன்னுடைய முதல் பங்களிப்பாக பாகிஸ்தானிலிருந்து வந்த ஒரு கப்பலில் பதினேழு பெட்டிகள் ஆயுதங்கள் வரவழைத்து பஷீரிடம் ஒப்படைத்தார். இதனாலெல்லாம் வளர்ந்த ஹம்பாலியின் செல்வாக்கு, மிக விரைவில் அவரை ஜமா இஸ்லாமியாவின் ராணுவத் தலைவராக உயர்த்தியது. அதுவரைஆயுதங்கள்கிடைத்தும்பெரிய அளவில் நாசகாரியங்கள் எதிலும் ஈடுபடாதிருந்த ஜமா இஸ்லாமியா, ஹம்பாலி தளபதியான பிறகு தன் உண்மை சொரூபத்தைக் காட்டத் தொடங்கியது. சரியாகச் சொல்வதென்றால் *1990*ம் ஆண்டின் தொடக்கத்திலிருந்து.

ஹம்பாலி. ஆம், சந்தேகமே இல்லை. அவர் ஜமா இஸ்லாமியாவில் சேராதிருந்திருந்தால் பஷீரால் கண்டிப்பாக அதனை ஓர் அதிபயங்கர இயக்கமாக உருவாக்கியிருக்க முடியாது. சாதாரண எதிர்ப்பு இயக்கமாகத்தான் இருந்திருக்கும். நேரடி அரசியலில் கூட ஈடுபட்டிருக்கலாம். பஷீருக்கு அந்த விருப்பம் கொஞ்சகாலம் இருந்திருக்கிறது.

ஹம்பாலி என்கிற மனிதர் தன்னுடைய ஆப்கானிய - மத்தியக் கிழக்குத் தொடர்புகளின் மூலம் ஜமா இஸ்லாமியாவுக்கு ஒரு தீவிரமான ஆயுத முகத்தை அளித்தார். பேச்சுவார்த்தைகளில் அர்த்தமில்லை

என்கிற கருத்தாக்கத்தை ஆழமாகப் பதியவைத்தார். அதிரடிகளின் மூலமே அரசை அச்சுறுத்தமுடியும், ஆட்டிப்படைக்க முடியும் என்றும் நம்பச் செய்தார். அடுத்த பத்தாண்டுகாலத்தில் இந்தோனேஷியாவிலும் ஏனைய கிழக்காசிய நாடுகளிலும் ஜமா இஸ்லாமியா நிகழ்த்திய மிகத் தீவிரமான பல தாக்குதல்களின் மூலம் தென்கிழக்காசியாவின் அல் காயிதா என்கிற பெயரையும் இயக்கத்துக்குப் பெற்றுத் தந்தார்.

யார் இந்த ஹம்பாலி?

ஜாவா தீவில் ஒரு சிறு கிராமத்தில் ஏழை விவசாயி ஒருவரின் மகனாகப் பிறந்தவர் ஹம்பாலி. மிகப்பெரிய குடும்பம் அவருடையது. சகோதர சகோதரிகளின் எண்ணிக்கை பதிமூன்று. ஒரு நாளைக்கு ஒரு வேளை சாப்பிட முடிந்தால் யதேஷ்டம். அப்படித்தான் இருந்தது நிலைமை.

மதரஸா ஒன்றில் மத்தியான சாப்பாடு கிடைக்கிறது என்று கேள்விப்பட்டு ஹம்பாலியின் தந்தை தன் குழந்தைகளில் சிலரை அங்கே படிக்க அனுப்பி வைத்தார். உயர் நிலைக் கல்வி வரை அங்கே கற்ற ஹம்பாலிக்கு கல்வியைக் காட்டிலும் அங்கு போதிக்கப்பட்ட உடற்பயிற்சிகளும் ஆயுதப் பரிச்சயங்களுமே வசீகரித்தன. இயல்பில் அவர் மிகப்பெரிய மதவாதியாக இருந்தார். தனது சொல், செயல், சிந்தனை அனைத்தும் இஸ்லாம் போதிப்பதற்குத் துளியும் தள்ளிப்போய்விடாமல் இருப்பதில் தீவிர கவனம் செலுத்தினார். மனிதனாகப் பிறந்துவிட்டபடியால் மதத்துக்கு ஏதாவது செய்தே தீரவேண்டும் என்று நினைத்தார். என்ன செய்யலாம் என்று யோசித்துக்கொண்டிருந்தபோதுதான் அவருடைய பள்ளி ஆசிரியர் ஒருவர், ஒருநாள் அழைத்தார்.

'ரிதுவன், உனக்கு கடவுளுக்குச் சேவை செய்ய இஷ்டமா?'

'ஆம். சந்தேகமில்லாமல்.'

'அதிகபட்சம் உன்னால் என்ன செய்யமுடியும்?'

'என் உயிரைக் கொடுக்கலாம்.'

'அப்படியானால் நல்லது. நீ உடனே ஆப்கனிஸ்தானுக்குப் புறப்பட்டுவிடு. உனக்குத் துப்பாக்கியால் குறிபார்த்துச் சுடத் தெரியும். குண்டு வீசத் தெரியும். உயிர் பயமும் இல்லை. அங்கே நம் சகோதரர்கள் காஃபிர்களிடம் (இறை நம்பிக்கை அற்றவர்கள்) அடிமைப்பட்டுப் போராடிக்கொண்டிருக்கிறார்கள். யுத்தம் புரியப் போதிய ஆள்பலம் இல்லாமல் அவதிப்படுகிறார்கள். உன்னைப்போல் வீரமும் தியாக உணர்வும் கொண்ட இளைஞர்களைத்தான் அவர்கள் எதிர்பார்த்துக்கொண்டிருக்கிறார்கள். நீ பிரதிபலனாக எதையும் எதிர்பார்க்காமல் அங்கே போவதென்றால் இன்றைக்கே நான் அதற்கு ஏற்பாடு செய்யமுடியும்.'

நம்புங்கள். அன்றைக்கு ஹம்பாலி பள்ளிக்கூடம் முடிந்து வீட்டுக்குப் போகவில்லை. அங்கிருந்தே சில நண்பர்களுடன் பாகிஸ்தானுக்குச் செல்லும் கப்பல் ஒன்றில் ஏறிவிட்டார். 1983ம் வருடத்தின் ஏப்ரல் மாதம் அது. பல தடங்கல்களுக்குப் பிறகு இருபத்தியாறு தினங்கள் கழித்துத்தான் அவரால் கராச்சி துறைமுகத்தை அடைய முடிந்தது. அங்கிருந்து ஆப்கனிஸ்தான் எல்லைவரை கால்நடையாகவே சென்றடைந்து, அங்கே முன்னதாக ஏற்பாடு செய்யப்பட்டிருந்த முகாமில் தங்கி, ஒரு முஜாஹிதீனாகப் பயிற்சி பெற ஆரம்பித்தார்.

ஆப்கன் போராளி இயக்கத் தலைவர்களும் பாகிஸ்தான் உளவுத்துறையும் அந்தக் காலகட்டத்தில் இப்படி வரும் இளைஞர்களுக்குப் பயிற்சியளித்துக்கொண்டிருந்தார்கள். வயிற்றுக்கு ரொட்டி, தோளுக்குத் துப்பாக்கி. இரண்டுக்கும் அங்கே உத்தரவாதம் இருந்தது. அடிப்படை ஆயுதப் பயிற்சிகள் முடிந்தபிறகு பெரும்பாலும் அவர்கள் ஒசாமா பின்லேடனிடம் அனுப்பப்பட்டார்கள். குறி பிசகாமல் சுடுவது, ஓடியபடி சுடுவது, இரவு நேரத் தாக்குதல்களில் ஈடுபடுவது, குதிரையின் மீது பயணம் செய்தபடி தாக்குதல் நடத்துவது, பதுங்கியிருந்து பாய்வது என்று ஒசாமா தன்னிஷ்டத்துக்குத் தானே கற்றுத்தேர்ந்த பல கலைகளை அவர்களுக்குப் பயிற்றுவித்துக்கொண்டிருந்தார்.

ஹம்பாலி ஒசாமா பின்லேடனிடம் போய்ச் சேர்ந்தது 1987ம் வருடம். அவரது செட்டில் மொத்தம் இருபத்தி ஒன்பது பேர் இருந்தார்கள். அத்தனை பேரிலும் தலைசிறந்த வீரன் என்கிற அடையாளத்துடன் ஹம்பாலி அனுப்பிவைக்கப்பட்டிருந்தபடியால், ஒசாமாவின் சிறப்புக் கவனத்துக்கு வந்தார். குறுகிய காலத்தில் அவரது நம்பிக்கைக்குரிய தளபதிகளுள் ஒருவரானார்.

ஒரு சிறு படைப்பிரிவின் தலைவராக ஹம்பாலியை நியமித்து, கந்தஹாருக்கு அனுப்பினார் ஒசாமா. மொத்தம் ஐம்பது பேர் கொண்ட பிரிவு அது. பெரும்பாலும் கெரில்லா தாக்குதல்களுக்கும், அவசியம் ஏற்பட்டால் மட்டும் நேரடித் தாக்குதல்களுக்கும் அந்தப் பிரிவைப் பயன்படுத்தலாம் என்று பிராந்திய கமாண்டருக்கு ஒரு கடிதமும் கொடுத்தனுப்பினார்.

அப்படிப் போன ஹம்பாலி என்ன ஆனார், கந்தஹாரில் என்ன சாதித்தார், அப்புறம் என்ன ப்ரமோஷன் கிடைத்தது, எத்தனை முறை ஒசாமாவை அங்கே சந்தித்தார் என்கிற விவரங்கள் எதுவும் கிடையாது.

சொல்லப்போனால் யுத்தம் முடிவடையும் வரை அவர் மீண்டும் ஒசாமாவைச் சந்தித்தாரா இல்லையா என்கிற விவரம் கூட இல்லை. இடையில் ஒரே ஒரு முறை அவர் இந்தோனேஷியாவுக்குத் திரும்பி வந்து தனது குடும்பத்தாருடன் ஒரு வார காலம் தங்கியிருந்திருக்கிறார். எங்கே போனாய், என்ன செய்தாய், செய்கிறாய் என்கிற வீட்டுக் கேள்விகளுக்கு அவர் பதிலளிக்கவில்லை. மாறாக, 'என் பாதை எனக்குத் தெரிந்துவிட்டது. இனிமேல் குடும்பப் பொறுப்புகள் எதையும் நான் ஏற்பேன் என்று மட்டும் எதிர்பார்க்காதீர்கள்' என்று சொல்லியிருக்கிறார்.

கெட்ட பழக்கங்களோ, ரவுடி சகவாசமோ, ஊர் சுற்றும் வழக்கமோ இல்லாத பையன். ஒரு சினிமாவுக்குக் கூடப் போகாதவன். எப்போதும் பக்தி, பிரார்த்தனை, தொழுகை, மசூதி என்று மட்டுமே இருக்கிறவன். எனவே குடும்பத்தாரால் அவரைச் சந்தேகப்பட முடியவில்லை. ஏதோ நன்றாக இருந்தால் சரி என்றுதான் நினைத்தார்கள். தவிரவும் ஆப்கனிஸ்தானுக்குப் போய்வந்த காலத்தில் ஹம்பாலியின் உடல் உறுதியும் வலுப்பட்டு, சற்று ஆரோக்கியம் கூடியிருந்தது. பழைய பசித்திருந்த இளைஞனாக இல்லை. கொஞ்சம் சதை போட்டிருந்தார். ஆனால் ஊளைச் சதை இல்லை. அவர் பார்வையில் மின்னல் வெட்டு போல் ஓர் ஒளி தெரிந்தது என்று ஹம்பாலியின் சகோதரர் ஒருவர் அந்தக் காலகட்டத்தில் சொல்லியிருக்கிறார்.

பெரிய பக்திமானாக உருமாறி ஊர் ஊராகச் சுற்றிக்கொண்டிருக்கிறார் என்று நினைத்திருப்பார்கள் போலிருக்கிறது.

ஆனால் அவர் அந்த ஒரு வார காலத்துக்குப் பிறகு மீண்டும் சொல்லிக்கொள்ளாமல் ஆப்கனுக்குப் புறப்பட்டுப் போய், யுத்தம் முடிந்து திரும்பியபிறகு அவர்களுக்குச் சந்தேகம் தீர்ந்துவிட்டது.

ஹம்பாலி ஒரு ஜிஹாதி. இனி நாம் செய்வதற்கு ஒன்றுமில்லை.

5

களை கட்டுகிறது ஜமா

கிட்டத்தட்ட எட்டு வருட காலத்துக்கும் மேலாக ஹம்பாலி ஆப்கனிஸ்தானில் இருந்தார். பொழுது விடிந்து பொழுது போனால் யுத்தம்தான். துப்பாக்கியால் பல் துலக்கி, பெட்ரோல் குண்டுகளை உடைத்துக் கொப்புளித்து வாழ்கிற வாழ்க்கை. உணவுக்கு உத்தரவாதம் கிடையாது. உயிருக்கு உத்தரவாதம் கிடையாது. சொந்த சந்தோஷம், சொந்த துக்கம் எதுவும் கிடையாது. யார் கூப்பிட்டார்கள்? சொந்தமாக ஆசைப்பட்டு, கப்பலேறி வந்து பங்குபெற்ற யுத்தம். யுத்தத்தின் வெற்றி என்பது ஆப்கானியர்களுக்கு. ஹம்பாலிக்கும் மற்றவர்களுக்கும்?

உண்மையில் ஆப்கன் யுத்தத்தில் பங்குகொள்ள வந்த யாரும் சொந்த லாபம் கருதி வந்தவர்கள் அல்லர். அது ஒரு வேகம். உணர்ச்சி வேகம். விடுதலை வேட்கை என்று கூடச் சொல்லமுடியாது. அடுத்த நாட்டு விடுதலைக்காக எத்தனை பேர் சொந்த நாட்டிலிருந்து

புறப்பட்டுப் போவார்கள்? உலக சரித்திரத்திலேயே இதற்கு நிகராக இன்னொரு சம்பவம் கிடையாது.

ஆனால் ஆப்கன் யுத்தத்தால் ஹம்பாலி அடைந்த லாபம் என்று பார்த்தால், ஒரு முழுமையான போர் வீரனாக உருவானதைச் சொல்லலாம்.

எட்டாண்டு காலம் என்பது சாதாரணமல்ல. ஒசாமா பின்லேடன், ஆப்கன் முஜாஹிதீன் தலைவர்கள், பாகிஸ்தானின் ஐ.எஸ்.ஐ. என்று முத்தரப்புப் பயிற்சி வகுப்புகளில் அவர் தன்னைப் பட்டை தீட்டிக்கொண்டார். ஹம்பாலியால் உணவின்றி ஒரு மாதகாலம் வாழமுடியும். தண்ணீர் குடிக்காமல் இரண்டு வாரங்கள் இருப்பார். இது உண்ணாவிரதம் இருப்பவரைப் போல் கட்டிலில் மெத்தை போட்டுப் படுத்துக்கொள்வதல்ல. உணவும் நீரும் இல்லாததற்கான பாதிப்புகளோ, பக்க விளைவுகளோ இல்லாமல் தொடர்ந்து தனது பணியில் அவரால் முழு உற்சாகத்துடன் ஈடுபட முடியும். இந்தக் கலையை அவருக்கு ஒசாமா பின்லேடன் கற்றுத்தந்ததாக ஒரு செய்தி உண்டு.

தவிரவும், உலகம் முழுவதும் முஸ்லிம் மக்கள் படுகிற துன்பங்களும் துயரங்களும் அவருக்கு அந்தக் காலகட்டத்தில்தான் அறிமுகமானது. தலைவர்களும் தளபதிகளும் ஓய்வு நேரத்தில் பேசுகிற விஷயம் அதுதான். ஹம்பாலி அத்தகைய பேச்சுவார்த்தைகளை மிகக் கவனமாக உற்று நோக்கி அலசி ஆராய்வார். தன் வாழ்க்கை ஜிஹாதுக்குத்தான் என்று தீர்மானம் செய்துகொண்டுதான் அவர் யுத்தத்துக்குப் பிறகு இந்தோனேஷியா புறப்பட்டார்.

சரியாக அந்தச் சந்தர்ப்பத்தில் அபூபக்கர் பஷீர் அனுப்பிய குழு- குறிப்பாக அந்தக் குழுவின் தலைமை

ஏற்று வந்திருந்த அப்துல்லா சுங்கரின் பரிச்சயமும் நட்பும் ஏற்பட, ஹம்பாலிக்கு உண்மையிலேயே தனக்கான பாதையை இறைவனே தீர்மானித்து அனுப்பியிருப்பதாகத் தோன்றிவிட்டது.

உடனடியாக சுங்கரை ஒசாமா பின்லேடனுக்கும் பிற ஆப்கன் முஜாஹிதீன் தலைவர்களுக்கும் அறிமுகப்படுத்தி வைத்தார். கிழக்காசியாவில் ஒசாமா பின்லேடனுக்கு நம்பிக்கைக்குரிய ஒரு கூடாரமாக ஜமா இஸ்லாமியா விளங்கும் என்று சுங்கர் சொன்னது, பின்லேடனுக்கு மிகுந்த நம்பிக்கையும் திருப்தியும் அளித்தது. ஜமா இஸ்லாமியாவுக்கு எந்த உதவி வேண்டுமானாலும் தயங்காமல் கேட்கலாம் என்று அவர் ஹம்பாலியிடம் சொல்லி அனுப்பினார்.

கவனிக்கவும். ஒசாமா அப்போது அல் காயிதாவை உருவாக்கியிருக்கவில்லை. ஓர் உத்தேசம் மட்டுமே இருந்தது. அவர் உதவி என்று குறிப்பிட்டது, பண உதவிகளை. அதற்கென்ன? கோடி கோடியாகக் கொழித்த குடும்பத்தின் வாரிசல்லவா? அவரது தந்தை மறைந்து, குடும்பச் சொத்தாக அவருக்கு வந்தது மட்டுமே அறுபது கோடிகள். கவனமாக அந்தப் பணத்தைப் பல்வேறு வர்த்தக நிறுவனங்களில் முதலீடு செய்து பணத்தைப் பெருக்கிக்கொண்டும் இருந்தார்.

எனவே, எந்த தேசத்தில் யார் ஒரு எதிர்ப்பு இயக்கம் தொடங்கினாலும் (முஸ்லிம்கள் மட்டும்) அவர்களுக்கு உதவத் தயார் என்பதை ஒரு மாட்டாத போர்டாகவே ஒசாமா அப்போது வைத்திருந்தார்.

சுங்கருக்கு மட்டற்ற மகிழ்ச்சி. ஹம்பாலியும் அவரது நண்பர்களும் ஜமா இஸ்லாமியாவில் இணைய ஒப்புக்கொண்டது ஒரு பக்கம்; எதிர்பாராமல்

கிடைத்த ஒசாமா பின்லேடன் என்கிற பணக்கார ஜிஹாதியின் நட்பும் ஆதரவும் இன்னொரு பக்கம். போதாது? யதேஷ்டம்.

ஹம்பாலியும் சுங்கரும் ஊர் திரும்பும்முன் ஒசாமா ஹம்பாலியை மட்டும் தனியே அழைத்து, அவரையும் இன்னொரு இந்தோனேஷியப் போராளியான முஹம்மது இக்பால் ரெஹ்மான் என்கிற அபூ ஜிப்ரீல் என்பவரையும் மட்டும் தொடர்ந்து அல் காயிதாவுடன் தொடர்பில் இருக்கும்படி இன்னொரு முறையும் சொல்லி அனுப்பியதாக *National Bureau of Asian Research* என்கிற ஆசிய ஆராய்ச்சி அமைப்பு ஒன்று வெளியிட்டிருக்கும் ஆய்வறிக்கை ஒன்றில் குறிப்பிடப்பட்டிருக்கிறது.

ஆனால் இந்தோனேஷியக் காவல் துறை இந்த ஜமா இஸ்லாமியா - அல் காயிதா தொடர்பைத் தொடர்ந்து மறுத்து வந்திருக்கிறது. இது தொடர்பாக வெளியாகிற தகவல்கள் அனைத்தும் முழுக்கற்பனை என்றும் ஜமாவுக்கு அல் காயிதா தொடர்பு இருக்க சாத்தியமே இல்லை என்றும் இந்தோனேஷியக் காவல் துறைத் தலைவர்கள் ஒவ்வொரு காலகட்டத்திலும் கூறி வந்திருக்கிறார்கள். ஆனால் அதற்கான வலுவான ஆதாரங்கள் எதையும் அவர்கள் சமர்ப்பித்ததாகத் தெரியவில்லை.

அவர்கள் சுட்டிக்காட்டும் ஒரே ஆதாரம் இதுதான். அல் காயிதாவுக்கு உலகு தழுவிய நோக்கம் இருக்கிறது. ஜமா இஸ்லாமியாவுக்கு அப்படி எதுவும் இல்லை. அவர்கள் செயல்படுவது முழுக்க முழுக்கப் பிராந்திய ரீதியிலான பிரச்னைகளை முன்வைத்தே. அல் காயிதாவுக்கும் ஜமா இஸ்லாமியாவுக்கும் இடையே உள்ள இந்த அடிப்படை வேறுபாடு ஒன்றே இதற்கு

சாட்சி. இரண்டு இயக்கங்களுக்கும் தொடர்பு ஏதும் இருக்க வாய்ப்பே இல்லை.

இந்தோனேஷிய போலீஸ் சொல்வதை யார் கேட்டார்கள்? அமெரிக்கா உள்பட எந்த தேசமும் இதனை ஏற்கவில்லை. ஹம்பாலிக்கும் ஓசாமாவுக்கும் இருந்த - இருக்கிற நெருக்கம் பற்றி கோடி அறிக்கைகள் எழுதப்பட்டிருக்கின்றன. அது க்ளோசப்பின் நேசப்பிணைப்பு என்று அல் காயிதாவின் இரண்டாம் நிலைத் தலைவரான ஐமன் அல் ஜவாஹிரியே ஒருமுறை சொல்லியிருக்கிறார்.

இருக்கட்டும். அதுவல்ல முக்கியம். ஹம்பாலியும் அவரது இந்தோனேஷியத் தோழர்கள் பலரும் அல் காயிதாவின் கௌரவ உறுப்பினர்களாகவே இருக்கிறார்கள் என்றொரு கருத்தும் உண்டு. இதனை இரு தரப்பும் உறுதிப் படுத்தியதில்லையே தவிர, யாரும் மறுத்ததும் இல்லை. கிழக்காசிய நாடுகளில் அல் காயிதா சார்பில் நிகழ்த்தப்பட்ட பல காரியங்கள் (பின்னால் வரும்) ஜமா இஸ்லாமியாவின் ஒத்துழைப்புடனேயே செய்து முடிக்கப்பட்டன என்று ஆதாரபூர்வமாக நிரூபிக்கப்பட்டிருப்பதைப் பார்க்கும்போது இதனை நம்பித்தான் ஆகவேண்டியுள்ளது.

அவ்வளவு ஏன்? அமெரிக்காவின் கைதியாக க்யூபாவில் சிறை வைக்கப்பட்டிருந்தபோது, ஹம்பாலி தன்னுடைய வாக்குமூலம் ஒன்றில், பாலி குண்டுவெடிப்புச் சம்பவத்தின் வெற்றியைப் பாராட்டி ஒசாமா பின்லேடன் ஒரு லட்சம் டாலர் அன்பளிப்பு அனுப்பியதாகச் சொல்லியிருக்கிறார். இதை இல்லை என்று யாரும் மறுக்கவில்லை.

எப்படிப் பார்த்தாலும் ஜமா இஸ்லாமியாவுக்கு அல் காயிதா தொடர்பு உருவாக ஹம்பாலி ஒரு முக்கியக் காரணமாக இருந்திருக்கிறார் என்பதை ஒப்புக்கொண்டுதான் தீரவேண்டும். ஒப்புக்கொண்ட பிறகு இப்போது ஹம்பாலியுடன் நாமும் மலேசியா போகவேண்டும். ஆப்கனிஸ்தானிலிருந்து புறப்பட்டதும் அவர் நேரே போன தேசம் அதுதான்.

அவர் அபூபக்கர் பஷீரைச் சந்தித்தது, நோரல்விஷா லீ அப்துல்லா என்கிற பெண்ணைக் காதலித்துக் கல்யாணம் செய்துகொண்டது எல்லாம் அங்கேதான்.

❍

அது கண்டதும் காதலா அல்லது நின்று நிதானமாக வந்த காதலா என்று தெரியவில்லை. ஆனால் காதலித்தார்கள். ஹம்பாலியைப் போலவே தீவிர மதப்பற்று. இஸ்லாத்துக்காக ஏதாவது உருப்படியாக செய்ய முடியுமா என்ற உந்துதல். இருவரையும் இணைத்து வைத்த புள்ளி இதுதான். ஒரு மதப்பள்ளியில் வைத்து இருவரும் சந்தித்துக் கொண்டார்கள். ஒருவருக்கும் தெரியப்படுத்தாமல் மிக ரகசியமாக நடந்தது திருமணம்.

குடும்பம், பிள்ளை குட்டி என்று சமர்த்தாக வீட்டோடு இருக்கவிரும்பிய ஜோடி அல்ல அது. திருமணத்துக்குப் பிறகு முன்னிலும் வேகமாகச் செயல்படவே ஹம்பாலி விரும்பினார். அவரது மனைவியும் அதற்கு ஒத்துழைத்தார். ஜமா இஸ்லாமியாவின் தளபதியாக நியமிக்கப்பட்டிருந்த ஹம்பாலி, இயக்கத்தை வலுவானதாக்கத் தம்மாலான அனைத்து முயற்சிகளையும் எடுத்துக்கொண்டிருந்தார்.

தனித்தனி துறைகள். பொதுத்துறை. தகவல் தொடர்பு துறை. நிதித்துறை. பாதுகாப்பு துறை. இத்யாதிகள்.

ஒவ்வொரு துறைக்கும் தனித்தனித் தலைவர்கள். அவருக்குக் கீழே சூபர்வைசர்கள். பிறகு, செயல் வீரர்கள்.

தலைவர்களுக்கு வருடாந்திர டார்கெட், மாதாந்திர டார்கெட் எல்லாம் உண்டு. கண்டிப்பாக நிறைவேற்றியே ஆகவேண்டும். இந்த வருடத்துக்குள் அல்லது இந்த மாதத்துக்குள் இன்னின்ன வேலைகளைச் சாதிக்கப் போகிறேன் என்று முன்கூட்டியே தெளிவுபடுத்திவிடவேண்டும். சொன்னதை முறைப்படி செய்து முடிக்க வேண்டும். தவறினால், கடும் தண்டனைகள் உண்டு.

இருப்பதிலேயே முக்கியமான பணி, இயக்கத்தில் புதிதாகச் சேரும் இளைஞர்களுக்குப் பயிற்சியளிப்பது. தேர்ந்தெடுக்கப்படுபவர்களைப் பொதுவாக ஆப்கனிஸ்தானுக்கு அனுப்புவது வழக்கம். அவர்கள் அங்கே சரியாகப் பயிற்சி எடுத்துக் கொள்கிறார்களா, இயக்கத்தின் விதிமுறைகளுக்குக் கட்டுப்பட்டு நடக்கிறார்களா என்று கண்ணில் விளக்கெண்ணெய் ஊற்றி கவனிக்க ஒரு தனிக் குழு ஜமா இஸ்லாமியாவில் உண்டு. இந்தக் குழுவின் கிளை அலுவலகம் ஆப்கனிஸ்தானில் இன்றும் செயல்படுகிறது என்று சொல்கிறார்கள்.

பிறகு, தகவல் தொடர்பு. இயக்கத் தலைவர்களிடமோ அல்லது அவர்களுக்குக் கீழே பணிபுரியும் ஏதாவது ஒரு நபரையோ தொடர்பு கொள்ளவேண்டுமென்றால் இவர்கள் உதவிக்கு வருவார்கள். ஆப்கனிஸ்தான், பாகிஸ்தான், மலேஷியா என்று கிரிக்கெட் டீம் போல் சதா சர்வ காலமும் சுற்றியலைந்து கொண்டிருக்கும் இயக்கத்தினர் அத்தனை பேரையும் தகவல் தொடர்புத் துறை ஒரே புள்ளியில் இணைத்துவிடும். ஜமா

இஸ்லாமியாவின் டெலிபோன் எக்ஸ்சேஞ்ச் என்று இதனை அழைக்கலாம். தகவல் பரிமாற்றத்தோடு முடங்கிவிடாமல், இயக்கத்துக்கான பிரத்தியேக வெப்சைட் ஒன்றை நடத்துவதும் இவர்கள்தாம்.

ஜமா இஸ்லாமியாவுக்கு மான்டிகி 1 (Mantiqi 1) என்னும் பெயரில் மலேஷியாவில் ஒரு தனிப் பிரிவு உண்டு. ஒசாமா பின் லேடனுடன் நேரடியாகத் தொடர்பு கொள்வதுதான் இந்தப் பிரிவினரின் முக்கியப் பணி. தவிரவும், தேவைப்படும் ஆயுதங்களை பேரம் பேசி வாங்கும் பொறுப்பும் இவர்களுடையதுதான்.

மான்டிகி 1 பிரிவில் இருப்பவர்கள்தான் பொதுவாக இயக்கத்துக்கு ஆள்கள் சேர்ப்பார்கள். யாரைத் தேர்ந்தெடுக்கலாம், யார் வேண்டாம் என்று முடிவெடுக்கும் அதிகாரம் இவர்களுக்கு மட்டுமே உண்டு. குறிப்பாக இரண்டு மதரஸாக்கள் உள்ளன. இத்தனைப் பேர் தேவை என்று போன் செய்து சொல்லிவிட்டால் போதும். அனுப்பிவிடுவார்கள்.

இயக்கத்தின் நோக்கத்தை மக்களிடம் எடுத்துச் சொல்லி அவர்களது ஆதரவைப் பெறுவதற்குப் பிரத்தியேகக் குழுக்களைத் தனியே உருவாக்கினார் ஹம்பாலி. ஆதரவு என்றால் நன்கொடை. சமர்த்தாகக் கைகளைக் கட்டிக் கொண்டு பேசினார்கள். நண்பா, இஸ்லாமிய சகோதரர்களின் துயர் துடைக்கப் பாடுபடுகிறோம், உன்னால் முடிந்ததைத் தா. யார் எவ்வளவு கொடுத்தாலும் இன்முகத்துடன் வாங்கிக் கொள்வார்கள். பேரம் கிடையாது. மிரட்டல் கிடையாது.

❍

யாசித்துப் பெரும் பணத்தைக் கொண்டு பெரிய லட்சியங்களை எல்லாம் அடைந்துவிட முடியாது

இது தெரியாதவர்கள் அல்லர் அவர்கள். எனவே, பிசினஸில் இறங்க முடிவு செய்தது ஜமா இஸ்லாமியா.

கவனிக்கவும். இதுவும் அச்சு அசல் ஒசாமா ஸ்டைல். தன்னிடம் இருந்த பணத்தை விருத்தி செய்ய உலகமெங்கும் முதலீடு என்கிற திட்டத்தைத் தொடங்கினார் ஒசாமா. பல்வேறு இஸ்லாமிய நாடுகளில் வேலை வாய்ப்புகளை உருவாக்கும் விதமாக பல்வேறு பெயர்களில் அல் காயிதா பல வர்த்தக நிறுவனங்களைத் தொடங்கி வெற்றிகரமாக நடத்தியது போலவே, ஜமா இஸ்லாமியாவும் செய்யத் தொடங்கியது. சம்பளம், செலவினங்கள், நடத்துபவர்களுக்கான ஒப்புக்கொண்ட லாபம் நீங்கலாக எஞ்சிய தொகை முழுவதும் இயக்கத்துக்கு வந்துவிடும்.

ஒரு விஷயம். அல் காயிதாவுக்கு அதன் பினாமி பிசினஸ்கள் பல சந்தர்ப்பங்களில் காலை வாரி விட்டிருக்கின்றன. ஆனால் ஜமா இஸ்லாமியா இந்த விஷயத்தில் படுகெட்டி. ஒரு பிசினஸ் கூடச் சோடை போனதில்லை - கடத்தல் பிசினஸ் உள்பட.

6

எட்டு வழிப் பாதை

ஜமா இஸ்லாமியாவுக்குப் பணம் எப்படி வருகிறது?

இது மிக முக்கியமான கேள்வி. மத்தியக் கிழக்கு தேசங்களில் இயங்கும் இயக்கங்களுக்குப் பணம் கிடைப்பதுடன், ஜமா போன்ற தென் கிழக்கு நாடுகளில் இயங்கும் இயக்கங்களுக்குப் பணம் வரும் பாதையை ஒப்பிட இயலாது. இங்கே உள்ள அரசியல் மற்றும் வெளிவட்டாரத் தொடர்புச் சூழல் இதற்கு மிக முக்கியக் காரணம்.

உதாரணமாக எந்த ஒரு பாலஸ்தீன் போராளி இயக்கத்தையோ, ஹிஸ்புல்லா போன்ற இயக்கங் களையோ எடுத்துக்கொள்ளலாம். அவர்களுக்கு அண்டை தேசத்து அரசுகளே மிக வெளிப்படையாக உதவிகள் செய்யும். குறிப்பாக இரான் போன்ற சில தேசங்கள் போராளி இயக்கங்களுக்குத் தம் ஆண்டு வரவு செலவுத் திட்டத்திலேயே அறிவிக்காத ஒதுக்கீடு செய்துவிடுகின்றன. தவிரவும் இயக்கங்களின்

ஆயுதக் கடத்தல், ஆயுத வர்த்தகம் போன்றவை தடையில்லாமல் நடைபெறத் தம்மாலான அத்தனை உதவிகளையும் செய்யும்.

ஆனால் கிழக்காசியாவில் அத்தகைய நிலைமை இல்லை. இயக்கங்கள் பெரும்பாலும் சுய சார்பில்தான் நின்றாக வேண்டும், வளர்ந்தாக வேண்டும். தோழமை இயக்கங்கள் சமயத்தில் உதவும். ஆனால் எப்போதும் எதிர்பார்க்க முடியாது. அவரவர் கஷ்டங்கள் அவரவருக்கு. எனவே, ஜமா இஸ்லாமியா தனக்குத் தடையின்றிப் பணம் வருவதற்கென்று பிரத்தியேகமாகச் சில வருவாய் வழிகளை உருவாக்கிக்கொண்டது. அவற்றுள் எட்டு வழிகள் மிகவும் முக்கியமானவை; இன்றுவரை பலன் தருபவை.

முதலாவது கூரியர் சர்வீஸ். இது கடிதப் பரிமாற்ற சர்வீஸ் அல்ல. காசு பரிமாற்ற சர்வீஸ்.

வெளிநாடுகளில் பணியாற்றும் இந்தோனேஷியர்கள் (குறிப்பாக அமெரிக்கா மற்றும் சில பணக்கார ஐரோப்பிய தேசங்களில்) வங்கி மூலம் அல்லாமல் தனிப்பட்ட முறையில், கணக்குக் காட்ட விரும்பாத பணத்தைத் தம் குடும்பத்தாருக்கு அனுப்பவென்றே ஜமா இஸ்லாமியாவில் ஒரு தனி கூரியர் சர்வீஸ் செயல்படுகிறது. பல்வேறு நாடுகளில் உள்ள தம் ஆள்கள் மூலம் ஜமா இஸ்லாமியா, அந்தந்தப் பிராந்தியத்தில் பணியாற்றும் வளமான இந்தோனேஷியர்களைக் குறிவைத்து இதனை ஆஃபர் செய்வார்கள். உங்களுக்கு என்ன வேண்டும்? ஒரு லட்ச ரூபாய் கணக்கில் வராத பணத்தை உங்கள் வீட்டுக்குக் கொண்டு சேர்க்க வேண்டும். அவ்வளவுதானே? அதில் ஐந்து சதவீதத்தை

எங்களுக்கு சர்வீஸ் சார்ஜாகக் கொடுத்துவிடுங்கள். பணம் போய்ச் சேரவேண்டியது எங்கள் பொறுப்பு.

மூச்சைப் பிடித்துக்கொள்ளுங்கள். வருடத்துக்குக் குறைந்தது இருபது லட்சம் டாலர்களாவது இந்த வகையில் ஜமா இஸ்லாமியாவுக்கு 'சர்வீஸ் சார்ஜாக'க் கிடைக்கிறது.

இரண்டாவது வழி, அல் காயிதாவின் நிதி உதவி. என்ன பிரச்னை என்றால், இது ஒரு நிரந்தர உதவி என்றபோதும், எப்போது கிடைக்கும் என்று சொல்லமுடியாது. பல வருடங்கள் கிடைக்காமலும் இருக்கலாம். திடீரென்று அள்ளிக் கொடுக்கவும் செய்வார்கள். கையிருப்பைப் பொறுத்த விஷயம் இது. சிங்கப்பூர் மற்றும் மலேசிய உளவுத்துறையின் கணக்குப் படி *1996 - 2001* காலகட்டத்தில் ஜமா இஸ்லாமியாவுக்கு அல் காயிதா அளித்த உதவித்தொகை மொத்தம் *1,30,000* டாலர்கள். ஆனால் *2000*ம் ஆண்டு மட்டும் ஜமா இஸ்லாமியாவுக்கு ஆப்கனிஸ்தான் காடுகளிலிருந்து அனுப்பப்பட்ட பணம் இரண்டு லட்சம் டாலர்கள் என்று இன்னொரு தகவல் இருக்கிறது. ஓமர் அல் ஃபாருக் என்கிற ஜமா இஸ்லாமியாவின் சீனியர் உறுப்பினர் ஒருவர் மூலம் இந்தப் பணம் அனுப்பப்பட்டிருப்பதாக ஒரு குறிப்பு தெரிவிக்கிறது. ஆனால் இதற்கு நம்பத்தகுந்த ஆதாரம் ஏதுமில்லை.

ஆகஸ்ட் *2002*ல் கைது செய்யப்பட்டு விசாரணைக்கு உட்படுத்தப்பட்ட ஜமா இஸ்லாமியாவின் உறுப்பினரான வான்மின் வான் மாட் *(Wan Min Wan Mat)* என்பவர் பாலி குண்டுவெடிப்புகளுக்காக மட்டுமே அல் காயிதாவிடமிருந்து சுமார் எழுபத்தி நான்காயிரம் டாலர் பணம் கிடைத்ததாகத் தம்

வாக்குமூலத்தில் தெரிவித்திருக்கிறார். இது கொஞ்சம் நம்பும்படியான தகவல். ஏனெனில் சம்பந்தப்பட்ட நபர், ஜமா இஸ்லாமியாவின் பொருளாளர்களுள் ஒருவர்.

ஆனால் அங்கே அமெரிக்கச் சிறையில் அடைபட்டிருக்கும் ஜமாவின் முதன்மைத் தளபதி ஹம்பாலி அளித்த ஒரு வாக்குமூலம் சற்று வேறு மாதிரி இருப்பதையும் கவனிக்கவேண்டும்.

'ஜூன் 2003ல் காலீத் ஷேக் முஹம்மது மூலம் ஜமா இஸ்லாமியாவுக்கு 1,30,000 டாலர் பணம் வந்து சேர்ந்தது. எவ்வித நிபந்தனையும் இல்லை. இப்படித்தான் செய்யவேண்டும், இது கூடாது என்கிற அறிவிப்புகள் ஏதுமில்லை. வெறும் பணம். அவ்வளவுதான்."

ஆனால் அல் காயிதா அனுப்பும் பணம் முழுவதும் அதிரடி நடவடிக்கைகளுக்காக மட்டுமே பயன் படுத்தப்பட வேண்டும் என்றொரு எழுதப்படாத ஒப்பந்தம் இரு இயக்கங்களுக்கும் இடையே இருப்பதாகத் தெரிகிறது. ஜமா இஸ்லாமியாவின் தினசரி செலவுகளுக்கோ, யானைக்கு அல்வா வாங்கிப்போடவோ, குதிரைக்கு குல்லா வாங்கவோ அது கூடாது.

மூன்றாவது வழி, வசூல். இது எங்குமிருப்பது. இறைவனைப் போல. உலகமெங்கும் ஜமா இஸ்லாமியாவுக்கு நிதி வசூல் செய்யவென்றே தனியொரு பிரிவு இருக்கிறது. வழக்கமான 'கஷ்டப்படும் முஸ்லிம்களுக்கு உதவி செய்ய'ப் பாட்டு. சேரும் நிதியைப் பாதுகாப்பாக, யாராவது ஒரு தனி நபர் மூலம் மூட்டை கட்டிக் கொடுத்தனுப்பிவிடுவார்கள். அந்த நபர்

இயக்கத்தைச் சேர்ந்தவராகத்தான் இருப்பார் என்று சொல்வதற்கில்லை. யாரோ ஒரு வழியில் போகும் வீரப்பனாகவும் இருப்பார். இந்தாப்பா, இந்த கள்ளக்கா மூட்டைய நம்மூர்ல கொண்டுபோய் கோயிஞ்சாமியாண்ட குடுத்துடுவியாம் என்று தலையில் கட்டி அனுப்பி, வழிச்செலவுக்கு அஞ்சு பத்து கொடுத்துவிட்டால் தீர்ந்தது விஷயம்.

ஒரு விஷயம். எடுத்துப்போகிறவருக்கும் ஓரளவு விஷயம் தெரிந்திருக்கும். கொடுத்தனுப்புகிறவர் களும் அத்தனை ஒன்றும் அலட்சியமாக இருந்துவிட மாட்டார்கள். இயக்க அனுதாபிகளாகப் பார்த்துத்தான் தேர்ந்தெடுப்பார்கள். ஏனெனில் வருடத்துக்குக் குறைந்தது பத்து முதல் இருபது லட்சம் டாலர்கள் இந்த வகையில் ஜமா இஸ்லாமியாவுக்குப் போய்ச் சேருகிறது.

நான்காவது வழி, அறக்கட்டளைகள். ஜமா இஸ்லாமியாவே வேறுவேறு பெயர்களில், வேறு வேறு அறப்பணிகளுக்காக உலகமெங்கும் நடத்தும் அறக்கட்டளைகள். இந்த அறக்கட்டளைகள் மூலம் திரட்டப்படும் பணத்துக்குப் பெரும்பாலும் வருமான வரி இருக்காது. அதே சமயம் பல நாட்டு கரன்சி ஒரே சமயத்தில் வந்து சேரும். இந்தப் பணத்தில்தான் ஜமாவின் வெளிநாட்டு செல்கள் பல பராமரிக்கப்படுகின்றன. கிழக்காசியாவில் இயங்கும் அறக்கட்டளைகளில் பதினைந்து முதல் இருபது சதவீதம் நிறுவனங்கள் ஜமா இஸ்லாமியாவின் இத்தகைய ரகசிய நிதி சேர்ப்பு அறக்கட்டளைகள்தான் என்று சொல்லியிருக்கிறது இந்தோனேஷிய உளவுத்துறை. இந்த பதினைந்து முதல் இருபது சதவீத அறக்கட்டளைகளுள் சுமார் அறுபது சதவீதம் பிலிப்பைன்ஸில் மட்டுமே செயல்படுகின்றன.

ஐந்தாவது வழிக்கு ஜமா இஸ்லாமியா ஜகாத் என்று பெயரிட்டிருக்கிறது. இது ஒரு கண்டிப்பான வசூல். இந்தோனேஷிய முஸ்லிம்கள் ஒவ்வொருவரும் தம் ஆண்டு வருமானத்தில் 2.5 சதவீதத்தை இயக்கத்துக்குத் தந்துவிடவேண்டுமென்பது செயல்திட்டம். பல பேர் விரும்பியே தருகிறார்கள். சிலரிடமிருந்து வலுக்கட்டாயமாகவும் பெறப்படுகிறது இப்போது.

ஜகாத் என்பது ஏழைகளுக்கு உதவுவதற்கென்று இஸ்லாம் வகுத்தளித்திருக்கும் ஒரு வழி. இதனைக் கருத்தில் கொண்டு இந்தோனேஷிய அரசு, இந்த ஜகாத் உதவிகளுக்கு பூரண வருமானவரி விலக்கும் அளித்திருக்கிறது. இதைப் பயன்படுத்திக்கொண்டு ஜமா இஸ்லாமியா தான் பெறும் ஜகாத் தொகைக்கு ஏதாவது ஒரு அறக்கட்டளையின் பெயரில் வருமான வரி விலக்குக்கான சான்றிதழும் வழங்கிவிடுகிறது.

எல்லா அறக்கட்டளைகளுமே இம்மாதிரியான காரியத்துக்காகத்தான் பயன்படுகின்றன என்று சொல்லிவிடக் கூடாது. பல அறக்கட்டளைகளுக்குப் போகும் நிதி, மசூதிகள் கட்டவும், இஸ்லாமிய இயக்கங்களை மொழி பெயர்க்க - பதிப்பிக்கவும், மாநாடுகள் நடத்தவும் மற்றபல மக்கள் பணிகளுக்கா கவும் போகத்தான் செய்கின்றன. ஆனால் இத்தகைய நிதியில் கணிசமான அளவு ஜமா இஸ்லாமியாவுக்கும் போகிறது என்பதையும் மறந்துவிடக் கூடாது.

ஆறாவது வழி, ஷெல் கம்பெனி முதலீடுகள். அதாவது எண்ணெய் நிறுவனங்களில் செய்யப்படுகிற முதலீடுகள். ஜமா இஸ்லாமியா, தன் வருமானத்தில் ஒரு பகுதியை கிழக்காசிய நாடுகளில் இயங்கும் பல வெற்றிகரமான எண்ணெய் நிறுவனங்களில் முதலீடு செய்திருக்கிறது - பினாமி பெயர்களில்.

நல்ல லாபகரமான வழி இது. ஆனால் இதன்மூலம் இயக்கம் எத்தனை சம்பாதிக்கிறது என்பது பற்றிய துல்லியமான விவரங்கள் ஏதும் இதுவரை கிடைக்கவில்லை.

வழி ஏழு - ஹவாலா. அதிகாரபூர்வமில்லாத பணப் பரிமாற்ற நடவடிக்கைகள்மூலம் கிடைக்கிற கமிஷன். இது வருடத்துக்குக் குறைந்தது ஐந்து லட்சம் டாலர்கள் அளவுக்காவது சம்பாதித்துக்கொடுப்பதாகத் தெரிகிறது.

எட்டாவது வழிதான் கடத்தல். மிக முக்கியம் இது. தங்கம் மற்றும் விலை உயர்ந்த கற்கள் (வைரம், ப்ளூ டயமண்ட் என்கிற நீலக்கல், ரூபி என்கிற சிவப்புக் கல், குவார்ட்ஸ் என்கிற அதி ஜொலிப்புக் கல் இன்னபிற.) கடத்துவது இந்தோனேஷியாவிலும் ஏனைய கிழக்காசிய நாடுகள் பலவற்றிலும் காலம் காலமாக இருந்துவரும் ஒரு புராதனத் தொழில்.

தாய்லந்தின் தலை நகரான பாங்காக்தான் உலகிலேயே கற்கள் வியாபாரத்துக்குத் தலைநகரம் என்று சொல்லப்படுகிற நகரம். பர்மா மற்றும் கம்போடியா விலிருந்து கொண்டுவரப்படும் இத்தகைய கற்களை பாங்காக்கில் வைத்துதான் விலை நிர்ணயிப்பார்கள்; விற்பனையும் செய்வார்கள். கிட்டத்தட்ட உலகம் முழுவதும் பயணம் மேற்கொள்ளும் உயர் ரக கற்கள் இவை. இந்தத் தொழிலில் புழங்கும் பணத்தைக் கணக்கே பண்ணமுடியாது. அரசுக்குத் தெரிந்து புழங்கும் பணமே பல டிரில்லியன் டாலர்கள். எனில் தெரியாமல் புழங்கும் பணத்தைப் பற்றி யோசித்துப் பாருங்கள்.

யாரும் அத்தனை சுலபத்தில் நெருங்கக்கூட முடியாத ராட்சஸ பிசினஸ் இது. முதல் முதலில் ஓர்

இயக்கம் இந்தத் துறையில் புகுந்தது என்றால் அது அல் காயிதாதான். அல் காயிதாவின் பிரதானமான வருமான வழிகளுள் ஒன்றாக 2000ம் ஆண்டு வரை இது இருந்துவந்தது என்று சிங்கப்பூர் உள்ளிட்ட பல கிழக்காசிய நாடுகளின் உளவு அமைப்புகள் தெரிவித்து வந்திருக்கின்றன. ஆனால் அல் காயிதா ஒரு போதும் கடத்தல்களில் ஈடுபட்டதில்லை என்று மறுப்போரும் உண்டு. உறுதி செய்யப்படாத தகவல் அது.

ஆனால் செப்டெம்பர் 11, 2001 சம்பவத்துக்குப் பிறகு அல் காயிதாவின் அனைத்து பிசினஸ்களுமே காணாமல் போய்விட, தென் கிழக்காசிய நாடுகளின் ஏகபோக கல் கடத்தல் சக்கரவர்த்தியாக ஜமா இஸ்லாமியா ஆகிப்போனது.

கம்போடியாவிலிருந்து பாங்காக்குக்கு கற்களைக் கடத்துவது, பாங்காக்கிலிருந்து பல ஐரோப்பிய, தென்னமெரிக்க நாடுகளுக்கு அதைக் கடத்துவது, பாங்காக்கிலேயே கள்ளச் சந்தையில் விற்பது என்று அந்தத் தொழிலின் சகல சாத்தியங்களிலும் பணம் பார்ப்பதற்கென்றே ஜமாவில் தனியொரு பிரிவு உண்டு என்று சொல்கிறார்கள். ஆனால் கவனிக்கவும் - இது ஊர்ஜிதப்படுத்தப்படாத தகவல். கடத்தல் பிசினஸில் ஜமா கணிசமான அளவு ஈடுபட்டு, வருமானம் ஈட்டுகிறது என்பது மட்டும் இந்தோனேஷிய, சிங்கப்பூர், தாய்லாந்து அரசுகளால் அறிவிக்கப்பட்டிருக்கிறது.

இடையே கொஞ்ச காலம் இலங்கை போராளி அமைப்புகளுடன் தொடர்பு ஏற்பட்டு, அவர்களுக்காக போதைக் கடத்தலிலும் ஜமா பங்கு பெற்றதாக ஒரு செய்தி உண்டு.

உளவுத்துறை தகவல்களுக்கெல்லாம் பொதுவாக இயக்கங்கள் பதில் சொல்லிக்கொண்டிருப்பதில்லை. மறுப்பதிலோ, எதிர்ப்பதிலோ அவர்கள் ஆர்வம் செலுத்துவதில்லை. இயக்கம் செழிக்கப் பணம் வேண்டும். யார் கொடுப்பார்கள்? முடிந்த விதங்களிலெல்லாம் சம்பாதிப்பது பிறப்புரிமை. தீர்ந்தது விஷயம்.

ஆனால் ஒன்று. மத்தியக் கிழக்கு நீங்கலாக உலகில் மற்ற அனைத்துப் பகுதிகளிலும் இயங்கும் தீவிரவாத இயக்கங்களுள் ஜமா இஸ்லாமியா அளவுக்கு வளமை பொருந்திய இயக்கம் வேறு கிடையாது. இதனால்தான், ஜமா இஸ்லாமியாவின் பல முக்கியத் தலைவர்கள்- ஹம்பாலி உள்பட - கைது செய்யப்பட்டு வருடக்கணக்கில் சிறையில் அடைபட்டுக் கிடக்க நேரிட்டாலும் இயக்கத்தில் எவ்வித சலசலப்பும் எழாமல் அதே வேகத்துடனும் வீரியத்துடனும் செயல்பட்டுக்கொண்டிருக்க முடிகிறது.

7

டும் டும் டும்

பண விஷயம் பேசிவிட்டோம். அடுத்தது என்ன? கட்டமைப்பு. ஆ, ரொம்ப முக்கியம். ஜமா இஸ்லாமியாவின் இருப்பும் செயல்பாடுகளும் தெற்காசியா முழுவதையும் அச்சுறுத்துவதற்கு மிக முக்கியமான காரணம் அதுதான். ஓர் அரசாங்கக் கட்டமைப்பு போன்ற மேல் தோற்றமும், அதற்கு அப்பாற்பட்ட சூட்சுமங்கள் கொண்ட உள்கட்டு மானமும் கொண்டிருப்பதுதான் ஜமாவின் சிறப்பு.

அடித்தட்டுப் போராளிகள் தொடங்கி மேல் மட்டத்துத் தலைவர்கள் வரைக்கும் ஜமா இஸ்லாமி யாவில் இருப்போரின் பதவியும் அதன் தன்மையும் முன்வரையறை செய்யப்பட்டவை. மாற்றமில்லாதது. கூடுதல் குறைச்சல் இருக்கும். ஆனால் காரம், வீரியம், மணம், குணம் எல்லாம் அப்படியேதான் இருக்கும்.

இதன் பிரிவுகளை மாண்டிகி என்று சொல்வார்கள். ஏகப்பட்ட மாண்டிகிகள் உண்டு. ஒவ்வொரு பிரிவுக்கும் ஒவ்வொரு பணி, ஒவ்வொரு நோக்கம், செயல்திட்டம்.

முதல் பிரிவு (மான்டிகி 1) ஒரு எம்ப்ளாய்மெண்ட் எக்ஸ்சேஞ்ச் மாதிரி செயல்படும். எப்போதெல்லாம் இயக்கத்தில் ஆள் பற்றாக்குறை ஏற்படுகிறதோ, அப்போதெல்லாம் தலைமைச் செயலகத்திலிருந்து இவர்களுக்கு நேரடியாகச் செய்தி வரும். கொடுக்கப் பட்டிருக்கும் தேவைகளுக்கேற்ப ஆள்களைத் தேர்வு செய்து அனுப்புவதுதான் இவர்களுடைய வேலை. உட்கார்ந்து ஃபைல் பார்க்கும் வேலை என்றால் அதற்குத் தோதான ஆள். பார்க்கச் சாதுவாக இருந்தாலும் பாதகமில்லை. நோஞ்சானாக இருந்தாலும் ஓகேதான். உருப்படியாக கணக்கு, வழக்கு தெரிந்திருந்தால் போதும்.

இயக்கத்தில் ஏற்கெனவே உள்ளவர்களின் சொந்தக் காரர்களுக்கும் நண்பர்களுக்கும் முன்னுரிமை அளிக்கப்படும். ஆயுதப்பிரிவில் இருக்கும் கமால் முஸ்தபாவின் நண்பன் என்று சொல்லிக் கொண்டு நுழைந்தால் வேலை நிச்சயம். தெரியாத நபர்களைப் பெரும்பாலும் பணியில் அமர்த்துவதில்லை.

இன்னொரு விஷயம். பணிக்குச் சேரும் பெரும்பாலா னோருக்குத் தனக்கு சம்பளம் கொடுக்கும் முதலாளி யார் என்று தெரியாது. ஏதோ ஓர் அமைப்பு. இஸ்லாமிய அமைப்பு. நல்ல சம்பளம். நல்ல உபசரிப்பு. ஓரளவுக்குச் சுலபமான வேலை. போதாது?

போராளிகள் அதிகம் தேவை என்னும் பட்சத்தில் தேடல் வேட்டை வேறு மாதிரியாக இருக்கும். ஜோஹோர் பஹ்ரு, கோடா பாரு என்று இரு மலேஷிய நகரங்கள் உள்ளன. ஜமா இஸ்லாமியாவைப் பொறுத்தவரை இந்த இரு நகரங்களும் பொன் முட்டை இடும் இரண்டு வாத்துகள். குறிப்பாக, இந்த நகரங்களில் உள்ள இரண்டு மதராஸாக்கள்.

போராளிகளைப் பெரும்பாலும் இங்கிருந்துதான் தேர்ந்தெடுப்பது வழக்கம்.

மான்டிகி 1 பிரிவின் கீழ் மற்றொரு சிறிய குழு செயல்படுகிறது. இந்தக் குழுவைச் சேர்ந்தவர்கள் மேற்படி மதராஸாக்களை எப்போதும் கண்காணித்துக் கொண்டே இருப்பார்கள். யார் யார் வருகிறார்கள்? எங்கிருந்து? அவர்களது குடும்பப் பின்னணி என்ன? ஏழைகளா? வசதி படைத்தவர்களா? இவர்களுள் சிரத்தையுடன் படிப்பவர்கள் எத்தனைப் பேர்? பஜனை பார்ட்டிகள் எத்தனை பேர்?

விரிவாக ஆராய்வார்கள். துல்லியமாகக் குறிப்பெடுத்துக் கொள்வார்கள். கிடைத்திருக்கும் டேட்டாவை டேபிளில் வைத்து அலசு அலசென்று அலசித் தீர்ப்பது வெகு முக்கியம். சாதாரண மதப்பற்று உள்ளவர்களை ஒரு பிரிவாகவும், வெறித்தனமான மதப்பற்று உள்ளவர்களை ஒரு பிரிவாகவும் பிரிப்பார்கள். இந்த இரு பிரிவுகளில் வராதவர்கள் அத்தனை பேரும் நிராகரிக்கப்படுவார்கள். அவர்களைக் கண்காணிப்பது நிறுத்தி வைக்கப்படும்.

வெறித்தனமான மதப்பற்று உள்ளவர்களுக்கு முதன்மை இடம். இவர்களை எளிதில் கரைக்க முடியும். தேவைப்பட்டால் வளைக்க முடியும். யார் யாரைத் தேர்ந்தெடுக்கலாம் என்று இவர்கள் கருதுகிறார்களோ அவர்களது பெயரைத் தனியாக எழுதி மான்டிகி 1 தலைமைக்கு அளித்துவிடுவார்கள்.

மான்டிகி 1 தலைமைப் பிரிவு அந்தப் பிரதியைத் தன்னுடைய மற்றொரு உட்பிரிவுக்கு அளித்துவிடும். இந்த உட்பிரிவின் வேலை போதிப்பது. சம்பந்தப்பட்ட நபர்களை ஒன்று திரட்டி அவர்களிடம் பேசுவதுதான் இந்தப் பிரிவின் பணி.

தோழர்களே, நலமா? நன்றாகப் படித்துக்கொண்டிருக் கிறீர்களா? நல்லது. உட்காருங்கள். உங்களை அழைத்ததற்கு ஒரு காரணம் இருக்கிறது. இஸ்லாத்துக்கு நெருக்கடி ஏற்பட்டுள்ளது. இஸ்லாமியர்கள் ஒடுக்கப்படுகிறார்கள். நம் இனம் பேரழிவை நோக்கி விரைந்து கொண்டிருக்கிறது. நம் எதிரிகள் பெருகிக்கொண்டிருக்கிறார்கள். எங்களோடு இணைந்து போராடத் தயாரா? புனிதப் போரில் கலந்து கொள்ள சம்மதமா? ஆம் எனில் அனைவரும் வாருங்கள். உடனே, உடனே.

அன்பாகப் பேசுவார்கள். ஆவேசமாகப் பேசுவார்கள். குழைந்து குழைந்து பேசுவார்கள். தேவைப்பட்டால், கண்ணீர் சிந்திக்கொண்டே உருக்கமாகப் பேசுவர்கள். பத்துப் பேரில் எட்டுப் பேர் உடனடியாக இணைந்து கொள்வார்கள். மீதி இரண்டு பேர் மறுநாள் காலை பல் தேய்த்துவிட்டு வந்து சேர்ந்துகொள்வார்கள்.

தேவைப்படும் எண்ணிக்கைக்கு ஏற்பப் போராளிகள் சேர்ந்த பின்பு, அவர்களை மீண்டும் அழைத்துப் பேசுவார்கள். இறுதியாக. உடன்பிறந்தவர்களே, உங்களுக்குக் கொடுக்கப்படும் பணி மிக மிக அபாயகரமானது. புனிதப் போரில் உயிர் இழப்பு ஏற்படுவது இயல்பு. அனைவரும் இதை நினைவில் கொள்ள வேண்டும்.

அடுத்து, யார் யார் என்னென்ன செய்யவேண்டும் என்று விலாவரியாக எடுத்துச் சொல்வார்கள். எந்தெந்தப் பிராந்தியத்துக்கு யார் யார் செல்ல வேண்டும் என்று சொல்வார்கள். ஆக, ஆள்கள் சேர்க்கும் பணி அங்கே முடிகிறது.

மான்டிகி 1 பிரிவில் மொத்தம் இருநூறு பேர் இருப்பார்கள். ஜமா இஸ்லாமியாவின் மிகப் பெரிய பிரிவு இதுதான். ஆள்கள்தான் இயக்கத்தின் முதுகெலும்பு என்பதால் மான்டிகி 1 குழுவில் உள்ள

உயர் அதிகாரிகளின் முடிவுகளுக்கு ஒட்டு மொத்த ஜமா இஸ்லாமியாவும் மறுபேச்சின்றி கட்டுப்படும். மலேஷியாவில் மட்டும் மொத்தம் நூறு மான்டிகி குழு நபர்கள் வெவ்வேறு பகுதிகளில் சிதறி ரகசியமாகப் பணியாற்றுவது வழக்கம்.

அடுத்து மான்டிகி 2. அபு பக்கர் பஷீரின் நேரடிக் கட்டுப்பாட்டின் கீழ் செயல்படும் பிரிவு இது. இந்தப் பிரிவின் வலிமை நூறு பேர். இவர்களுடைய பணி இன்னும் விரிவானது. ஒரு சுதந்தர இஸ்லாமிய தேசத்தை நிறுவவேண்டும் என்பதுதான் பொதுவான பெரிய கனவு. இந்தக் கனவு எப்போது நிறைவேறும் என்று ஒருவருக்கும் தெரியாது. இது சாத்தியமா சாத்தியமில்லையா என்று கூடத் தெரியாது. ஒரு கனவு. அவ்வளவுதான்.

ஆனால் அந்தக் கனவை அவர்கள் நேசித்தார்கள். ஆகப் பெரிய லட்சியம் ஒன்று இருந்தால்தானே ஓர் இயக்கம் வலுபெறும்? அப்போது தானே மும்முரமாக வேலை நடக்கும்? அதற்காகத்தான் இந்தப் பிரிவு.

ஆயுதம் தாங்கிய பலர் இந்தப் பிரிவில் வளைய வருவார்கள். தேவைப்பட்டால் மான்டிகி 1 பிரிவுக்குப் பணிவிடைகள் செய்வார்கள்.

அடுத்து மான்டிகி 3. ஜமா இஸ்லாமியாவின் நம்பிக்கை நட்சத்திங்கள் பலர் ஜொலிக்கும் பிரிவு இது. ஆயுதங்கள் எங்கிருந்தாலும், அவற்றைத் தருவிப்பது இவர்களுடைய வேலை. என்னென்ன ஆயுதங்கள் வேண்டும் என்று ஒரு லிஸ்டை மட்டும் இவர்களுக்கு அனுப்பிவிட்டால் போதும். தலையை அடமானம் வைத்தாவது கொண்டு வந்த இறக்கிவிடுவார்கள். கேப் வெடி, ஆயிரம் வாலா தொடங்கி வீரியமுள்ள வெடிகுண்டுகள் வரை அத்தனையும் இவர்கள் வசம்.

இந்தப் பிரிவின் தலைவர் ஃபதூர் ரஹ்மான் அல் கோஸி. பிறந்தது இந்தோனேஷியாவில். பிறகு, அங்கிருந்து பாகிஸ்தானுக்குக் குடிபெயர்ந்தார். அங்கேயே ஒரு மதரஸாவில் இணைந்து படித்தார். பிறகு, ஜமாவுக்கு வந்துவிட்டார். இவருடைய பிரத்தியேகத் திறமைகளைக் கண்டு வியந்த ஜமா இஸ்லாமியா உயர் குழு, இவருக்குப் பல பிரமோஷன்களைக் கொடுத்து இறுதியாக மான்டிகி 3 பிரிவின் தலைவராக நியமித்தது.

இருப்பதிலேயே மிகவும் சிறிய பிரிவு மான்டிகி 4. அதிகம் வளர்ச்சி காணாத ஒரு பிரிவும் கூட. மான்டிகி 1, 2, 3 ஆகிய மூன்று பிரிவுகளுக்கும் சிறுசிறு எடுபிடி வேலைகள் செய்யும் பணியைத் தவிர பெரிதாக எந்தப் பொறுப்பும் இந்தப் பிரிவினருக்கு வழங்கப்பட்டிருப்பதாகத் தெரியவில்லை.

நிர்வாக வசதிக்காகத்தான் இத்தனை பிரிவுகளே தவிர பெரும்பாலும் எல்லோரும் ஒன்றாக இணைந்தே செயல்படுவார்கள். ஜமா இஸ்லாமியா தலைமை அடிக்கடி மீட்டிங் போட்டு அனைவரையும் ஒன்று திரட்டி பிரசங்கங்கள் செய்வது வழக்கம். அத்தனைப் பிரிவுகளையும் சேர்ந்த உயர் மட்ட ஆள்கள் ஒன்று கூடுவார்கள். இது வரை என்ன செய்திருக்கிறோம், அடுத்து என்ன செய்யப்போகிறோம், எப்படிச் செய்யப்போகிறோம் என்று உட்கார்ந்து பேசுவார்கள். பெரிய பெரிய கார்ப்பரேட் கம்பெனிகள் நடத்தும் வருடாந்திர மீட்டிங்குகளைப் போலத்தான் இவர்களுடைய மீட்டிங்கும் நடைபெறும்.

திரும்பத் திரும்ப இவர்கள் மீட்டிங் போடுவதும் திரும்பத் திரும்பத் தமது கொள்கைகளை எடுத்துச் சொல்வதற்கும் ஒரு காரணம் உண்டு.

நம்பிக்கை. இயக்கத்தில் உள்ள அத்தனைப் பேரும் நம்பிக்கையுடன், ஒழுக்கத்துடன் பணியாற்ற வேண்டும். அப்போதுதான் இயக்கம் வளரும். அத்தனைக் கனவுகளையும் நனவாக்க முடியும்.

இயக்கத்தினரிடையே எப்படி நம்பிக்கையை எப்படி ஏற்படுத்துவது? வெவ்வேறு பிரிவுகளில் வெவ்வேறு பணிகளில் ஈடுபட்டிருக்கும் அவர்களை எப்படி ஒரே குடையின் கீழ் இணைப்பது? யோசித்து ஒரு வழியைக் கண்டுபிடித்தார்கள்.

திருமணம்.

○

பொதுவாக, தீவிரவாத இயக்கங்கள் இறுக்கமான சூழலில்தான் வளரும். ஜமா இஸ்லாமியாவும் அதற்கு விதிவிலக்கல்ல. ஆயுதங்கள் சேர்க்க வேண்டும். ஆள்கள் சேர்க்க வேண்டும். தெளிவான செயல் திட்டங்கள் தீட்ட வேண்டும். லட்சியத்தையும் கைவிட்டுவிடக்கூடாது. இறுக்கம் இருக்கத்தானே செய்யும்? இந்த இறுக்கத்தைத்தான் உடைக்க விரும்பியது ஜமா இஸ்லாமியா.

மீட்டிங் போட்டுப் பேசினார்கள். சக போராளிகளே, உங்களுக்குக் கொடுக்கப்பட்டுள்ள பணிகளை நீங்கள் அனைவரும் மிகத் திறமையாக நிறைவேற்றுகிறீர்கள். மகிழ்ச்சி. எந்நேரமும் ஓயாமல் இயங்கிக்கொண்டிருக்கும் நீங்கள் வாழ்வின் சில மகிழ்ச்சிகரமான பக்கங்களையும் பார்க்கலாம், தப்பில்லை. மகிழ்ச்சியும் முக்கியம்தான். இல்லையா? ஒன்று செய்யுங்கள். திருமணம் ஆகாத அத்தனை பேரும் உடனடியாகத் திருமணம் செய்து கொள்ளுங்கள்.

போராளிகள் எழுந்து நின்றனர்.

எங்களுக்கு யார் பெண் தருவார்கள்? தவிரவும், ரகசியமாக இயங்க வேண்டிய நாங்கள் எப்படி திருமண பந்தத்தில் ஈடுபடுவது?

'நியாயமான கேள்விதான். ஆனால், அதற்கு ஒரு வழி இருக்கிறது. உங்களுக்குள்ளே பெண் கொடுத்து பெண் எடுத்துக் கொள்ளுங்கள். உங்கள் சகோதரியை, உங்கள் நண்பருக்கு மணமுடியுங்கள். நண்பரின் சித்தி மகளை நீங்கள் மணந்துகொள்ளுங்கள். உறவுப் பெண்கள் யார் இருந்தாலும் இயக்கத்தின் உறுப்பினர்களுக்குப் பொருத்தம் பாருங்கள். அத்தனை பேரும் இப்படியே செய்யலாம், தப்பில்லை.

அவர்கள் திகைத்துவிட்டார்கள். அட! என்ன ஒரு அருமையான வழி. மகிழ்ச்சியுடன் அவர்கள் தங்களுக்குள் பேசிக்கொண்டார்கள்.

அடுத்தடுத்த மாதங்களில், ஜமா இஸ்லாமியாவில் ஒரே திருமண வைபோகம்தான்.

இயக்கத்தினர் அனைவரும் சிலாகித்துப் பேசிக் கொண்டார்கள். பார்த்தாயா, நமக்காக, நம்முடைய மகிழ்ச்சிக்காக நம் தலைமை எத்தனை சிரத்தையுடன் பாடுபடுகிறது! ஆயிரம் சொன்னாலும் ஜமா, ஜமாதான்!

ஆனால் ஒன்று மறந்துவிட்டார்கள். திருமணம் உள்ளிட்ட எந்த ஒரு சொந்த விவகாரத்தையும் விடுமுறைக் காலக் கொண்டாட்டமாகத்தான் ஜமா இஸ்லாமியாவின் தலைமை நினைத்தது. பணிக்காலத்தில் செய்ய வேறு பல ஜோலிகள் வைத்திருந்தார்கள்.

அவை பெரும்பாலும் பதறவைக்கும் ஜோலிகள்.

8

அதிரடிகள் ஆரம்பம்

மிகுந்த அபாயகரமான பணிகளைத் திட்டமிட்டு ஜமா இஸ்லாமியா செய்ய ஆரம்பித்தது 2000ம் ஆண்டில்தான். அதற்கு முந்தைய காரியங்கள் எதுவும் அத்தனை தூரம் பொருட்படுத்தத் தகுந்ததாக இல்லை. சிறு சிறு குண்டு வெடிப்புகள், துப்பாக்கிச் சூடுகள் என்று முன்பும் இயங்கிக்கொண்டுதான் இருந்தார்கள் என்றாலும் உண்மையில் அந்தக் காலகட்டத்தை ஒரு நெட் ப்ராக்டிஸ் காலமாகத்தான் கொள்ளவேண்டியிருக்கிறது. மத்தியக் கிழக்கிலும் தென் கிழக்காசிய நாடுகள் பலவற்றிலும் மிகப் பலமான நெட் ஒர்க்கை உருவாக்கி வைத்துக் கொண்ட பின்னர்தான் ஜமா இஸ்லாமியா தன் திருவிளையாடல்களைத் தொடங்கியது.

அந்த வருடம் ஆகஸ்ட் முதல் தேதியைத் தம் செயல் பிரகடனத்துக்கு உரிய தினமாக ஜமா தேர்ந்தெடுத்திருந்தது.

இந்தோனேசியாவுக்கான பிலிப்பைன்ஸ் நாட்டுத் தூதுவர் லியோனிடஸ் கேடே *(Leonides Caday)* என்பவரைத் தீர்த்துக்கட்டி விடுவதாக முடிவு செய்தது ஜமாவின் முடிவெடுக்கும் தலைமைக் குழு.

அபூபக்கர் பஷீரின் ஆரம்பகால சிஷ்யர்களில் ஒருவனும் ஜமா இஸ்லாமியாவின் வெடிகுண்டு இஞ்சினியருமான அல் கோஸி *(Al-Ghozi)* என்பவன் இந்தப் பணிக்காகத் தேர்ந்தெடுக்கப்பட்டான்.

ஃபதுர் ரெஹ்மான் அல் கோஸி, ராண்டி அலி, சாலி ஜமீல், எட்ரிஸ் அன்வர் ரோடின், மைக் என்று பல பெயர்கள் கொண்ட அல் கோஸி, *1971*ம் ஆண்டு பிப்ரவரி *17*ம் தேதி கிழக்கு ஜாவாவில் பிறந்தவன். சோலோ என்ற இடத்தில் இயங்கிய பஷீரின் மதப்பள்ளியில் படித்த காலத்திலிருந்தே அவரது நம்பிக்கைக்குப் பாத்திரமானவனாக இருந்தவன். சுமார் ஆறு வருடங்கள் பஷீரின் நிழலிலேயே படித்து வளர்ந்த அல் கோஸி, அடிப்படையிலேயே தீவிரவாத மனோபாவம் கொண்டவனாக இருந்தான்.

எண்பதுகளின் இறுதியில் பஷீர் அவனை ஆப்கனிஸ்தானுக்கு அனுப்பி ஒசாமா பின்லேடனிடம் ஆயுதப் பயிற்சி எடுத்துக்கொள்ளச் செய்ததாக ஒரு குறிப்பு இருக்கிறது. ஆப்கனிஸ்தான் - பாகிஸ்தான் எல்லையில் அமைந்திருந்த அப்போதைய ஆப்கன் போராளிகளின் பயிற்சி முகாம்களில் கலந்துகொண்டு ஆயுதப் பயிற்சி பெற்றுத் தேர்ந்து அல் கோஸி, மலேசியாவுக்குப் போனான். மலேசியாவில் அவன் பயின்றது, குண்டு தயாரிக்கும் கலை.

❍

பிலிப்பைன்ஸில் இயங்கிவந்த மோரோ இஸ்லாமிக் லிபரேஷன் ஃப்ரண்ட் *(MILF)* என்கிற அமைப்பின்

உறுப்பினர்கள் சிலர் அப்போது மலேசியாவில் முகாமிட்டு மேற்படி சமூக சேவையைச் செய்துவந்தார்கள். யாருடைய உதவியினாலோ, அல் கோஸி இந்தக் குழுவுக்கு அறிமுகமாகி, கொஞ்ச காலத்திலேயே குண்டு தயாரிப்பில் வித்தகம் காட்டினான்.

விளைவு, மோரோ ஆள்கள் அவனை பிலிப்பைன்ஸுக்கு வரச் சொல்லி அழைப்பு விடுத்தார்கள்.

சலாமத் ஹஸிம் *(Salamat Hashim)* என்பவரின் தலைமையில் இயங்கிவந்த மோரோ குழுவின் தலைமை அலுவலகத்துக்கு அல் கோஸி வந்து சேர்ந்தபோது அவனுக்கு இரண்டு வாய்ப்புகள் அல்லது கோரிக்கைகள் முன்வைக்கப்பட்டன. ஒன்று, அவன் மோரோவின் உறுப்பினராக இணைந்து, பிலிப்பைன்ஸிலேயே செட்டில் ஆகிவிடலாம். அல்லது, குண்டு தயாரிப்புக் கலையில் மாஸ்டர் டிகிரி பெற்றுக்கொண்டு இந்தோனேஷியாவுக்குப் போனால், அங்கே மோரோவும் வேரூன்றிச் செயல்பட ஏதாவது உதவி செய்வது.

அல் கோஸி இரண்டையுமே ஏற்றுக்கொண்டு, முதலில் சிலகாலம் பிலிப்பைன்ஸிலேயே தங்கி மோரோவுக்காகப் பணியாற்றினான். என்ன செய்தான் என்கிற விவரம் தெரியவில்லை என்றாலும் ஓரிரண்டு வருடங்களில் தெற்காசியாவின் மாஸ்டர் பாம் மேக்கர் என்கிற பெயரைப் பெற்றுவிட்டான். இன்றைக்கு வரை மோரோ, ஜமா உள்ளிட்ட பல்வேறு தீவிரவாத இயக்கங்கள் பயன்படுத்தும் வெடி குண்டுத் தொழில்நுட்பத்தின் மூளைகளுள் அல் கோஸியின் மூளையும் ஒன்று.

அங்ஙனம் தொழில் கற்று, கற்ற இடத்துக்குக் கொஞ்சம் விசுவாசமாக வேலையும் பார்த்து விட்டு, தொண்ணூறுகளின் இறுதியில் இந்தோனேஷியா வுக்கு வந்த அல் கோஸி, தனது பழைய வாத்தியார் அபூபக்கர் பஷீரைச் சந்தித்து, அவருடைய ஜமா இஸ்லாமியாவில் தன்னை இணைத்துக்கொண்டான்.

ஜமாவின் முதல் அதிகாரபூர்வத் தாக்குதல் திட்டமான அந்த ஆகஸ்ட் 1, 2000 பிலிப்பைன்ஸ் தூதர் கொலைத் திட்டத்துக்கு குண்டு தயாரித்ததே அவன் அங்கு மேற்கொண்ட முதல் பணி.

○

சிறிய சிலிண்டர் வடிவ குண்டு அது. வெளியே ஒரு வயர் மட்டும் நீட்டிக்கொண்டிருக்க, அந்த வயரின் மறுமுனை ஒரு பாட்டரியில் இணைக்கப்பட்டி ருக்கும். தீவைத்தோ, மின்சாரத்தைப் பாய்ச்சியோ அதை வெடிக்கச் செய்யவேண்டுமென்பதில்லை. பத்தடி தூரத்திலிருந்து வரும் மொபைல் போன் சிக்னல் இருந்தாலே போதும். உயர் தொழில்நுட்ப குண்டு அது.

மேற்கு ஜாவாவில் உள்ள சைர்பான் என்கிற நகரத்திலிருந்து அந்த குண்டை ஒரு வேனில் ஏற்றி, ஜகார்த்தாவில் உள்ள தூதுவர் வீட்டுக்கு அனுப்பிவைத்தான் அல் கோஸி.

அப்துல் ஜப்பார் என்கிற முப்பத்தி மூன்று வயதான இளைஞன் அந்த வண்டியை ஓட்டிச்செல்லும் பணியில் ஈடுபட்டிருந்தான். அவனுக்கு இடப்பட்டிருந்த கட்டளை இதுதான். வண்டியை தூதுவர் வீட்டு வாசலில் கொண்டு நிறுத்து. என்ன ஏது என்று செக்யூரிடிகள் விசாரிக்க வருவார்கள்.

உடனே மொபைலை எடுத்துப் பேசுவதுபோல டயல் செய்தபடி அங்கிருந்து ஓடத் தொடங்கிவிடு.

மின்னலைகள் வண்டியைத் தாக்கும்போது குண்டு வெடிக்கும். செக்யூரிகள் முதலில் சொர்க்கம் புகுவார்கள். அவர்களைப் பின் தொடர்ந்து தூதுவரும் போய்ச் சேருவார். வீடே காலியாகிவிடும்.

சொன்னபடிதான் அவன் செய்தான். நேரே வண்டியை அந்தப் பிலிப்பைன்ஸ் தூதர் வீட்டு வாசலுக்கு ஓட்டிவந்து நிறுத்திவிட்டு இறங்கினான். இறங்கிய வேகத்தில் மொபைலை எடுத்து இயக்கியபடியே ஓடத் தொடங்கினான். யார் என்ன ஏது என்று தெரியாத செக்யூரிடிகள் வண்டியருகே வர, அது பலத்த சத்தத்துடன் வெடித்துச் சிதறியது.

நல்ல வேளையாக தூதுவர் இறக்கவில்லை. வேறு இருவர் இறந்து போக, சுமார் இருபது பேர் (தூதுவர் உள்பட) படுகாயமடைந்து உடனடியாக மருத்துவமனைக்குக் கொண்டு செல்லப்பட்டார்கள்.

திட்டமிட்டபடி பிலிப்பைன்ஸ் தூதரைக் கொல்லமுடியாமல் போனாலும் ஜமா இஸ்லாமியா என்கிற இயக்கத்தின் இருப்பும் செயல்பாடும் பற்றி முதல் முதலில் இந்தச்சம்பவத்தின் மூலம்தான் உலகம் அறிந்துகொண்டது. ரிதுவன் இஜாமுத்தீன் என்கிற ஹம்பாலி எத்தனை அபாயகரமான மனிதர், அவரது படையில் இருப்போர் எத்தனை வீரியம் மிக்கவர்கள் என்பது குறித்தெல்லாம் இந்தோனேஷியக் காவல் துறை ஆராயத் தொடங்கியதும் இதன்பிறகுதான்.

○

இது ஒருபுறமிருக்க, அத்தனைகஷ்டப்பட்டுத்தயாரித்த குண்டு வீணாகிவிட்டதே என்று அல் கோஸி மிகவும்

கவலைப்பட்டுக் கொண்டிருந்தான். திட்டத்தில் எந்தப் பிசகும் இல்லை. சரியாக வண்டியை நிறுத்தச் சொன்ன இடத்தில் நிறுத்தியிருக்கிறான். வெடிக்கச் சொன்ன நேரத்தில் வெடித்திருக்கிறான். தப்பிச் செல்லச் சொன்னபடியே தப்பித்தும் போய்விட்டான். எல்லாமே சரிதான். ஆனால் தூதர் இருப்பார் என்று எதிர்பார்த்த முன்னறையில் அவர் இல்லாமல் ஒரு அறை உள்ளே தள்ளி இருந்து ஓடி வந்தபடியால்தான் தப்பித்துவிட்டார். அதற்கென்ன செய்யமுடியும்?

அல் கோஸியைச் சமாதானப்படுத்தி, உடனடியாக அவனுக்கு இன்னொரு பெரிய வேலையை அளித்தார் ஹம்பாலி. அதுதான் டிசம்பர் 30 - மணிலா தொடர் குண்டு வெடிப்புச் சம்பவம்.

பிலிப்பைன்ஸில் டிசம்பர் 30 என்பது தேசிய விடுமுறை தினம். பிலிப்பைன்சின் தந்தை என்று கொண்டாடப்படும் ஜோஸ் ரிஸல் *(Jose Rizal)* என்பவரின் நினைவு தினம்.

அந்தத் தினத்தை ஒரு மறக்கமுடியாத கறுப்பு தினமாக்கிவிட முடிவு செய்து மணிலாவில் வேறு வேறு இடங்களில் ஒரே நாளில் வெடிக்கும்படி குண்டு வைக்க அல் கோஸிக்கு உத்தரவானது.

பிலிப்பைன்ஸின் தலைநகரான மணிலாவில் ஐந்து முக்கிய இடங்கள் தேர்ந்தெடுக்கப்பட்டன. அவற்றுள் முக்கியமானது, மலேட் என்கிற இடத்தில் அமைந்திருந்த அமெரிக்கத் தூதரகத்துக்குச் சில அடிகள் தள்ளித் தேர்ந்தெடுக்கப்பட்டிருந்த ஒரு வர்த்தக மையம்.

அடுத்தது, மக்காடி என்கிற இடத்தில் ஒரு பெட்ரோல் பங்க். மூன்றாவது, நிநாய் அக்கினோ விமான

நிலையத்தின் கார்கோ பிரிவு. மக்காடியிலேயே ஒரு ஹோட்டல் வளாகம்.

இடங்களைத் தேர்ந்தெடுத்தபின் எம்மாதிரியான குண்டைக் கொண்டு வைக்கலாம் என்று அல் கோஸி யோசித்தான். பிரமாதமான டெக்னாலஜியெல்லாம் இம்முறை வேண்டாம் என்று முடிவு செய்து, சாதாரண ப்ளாக் பவுடரைக் கொண்டே குண்டுகளைத் தயாரித்தான். ஒவ்வொன்றும் ஒரு கிலோ அளவுள்ள குண்டு மூட்டை.

பிலிப்பைன்ஸைப் பொறுத்தவரை அது அவனது இரண்டாவது தாயகம் மாதிரி. ஏற்கெனவே மோரோவில் உறுப்பினராக இருந்து பழகிய வருடங்கள் உண்டு என்பதால், மோரோ போராளிகளின் உதவியும் அவனுக்குக் கணிசமாகக் கிடைத்தது. நிதானமாக வாரக்கணக்கில் உட்கார்ந்து யோசித்து, இடங்களைத் தேர்ந்தெடுத்து, குண்டுகள் தயாரித்துப் பல்வேறு நண்பர்களின் உதவியுடன் அவற்றை உரிய இடத்தில் கொண்டு போய் வைத்துவிட்டு வெடிக்கச் செய்யலாம் என்று முடிவு செய்து தலை நிமிர்ந்தபோது அந்த 30ம் தேதி விடிந்திருந்தது.

❍

திட்டமிட்டபடி ஐந்து குண்டுகளில் ஒன்று கூட சொதப்பாமல் வெடித்தது. மிகையே இன்றிச் சொல்வதென்றால், அன்றைய தினம் மணிலாவும் பிலிப்பைன்ஸும் மயானம் மாதிரிக் காட்சியளித்தன. குண்டு வெடித்த சாலைகள் மட்டுமல்ல. தேசத்தின் ஒட்டுமொத்தச் சாலைகளுமே ஆளரவமற்றுப் போய்விட்டன. இருபத்திரண்டு பேர் இறந்திருந்தார்கள். எத்தனையோ

நூற்றுக்கணக்கானவர்கள் படுகாயமடைந்து கதறிக்கொண்டிருந்தார்கள். குண்டு வெடித்த இடத்துக்கு அருகே இருந்த கடைகளெல்லாம் சிதறி உதிர்ந்திருந்தன. எங்கு பார்த்தாலும் போலீஸ். சைரன். ஆம்புலன்ஸ். ஸ்டிரெச்சர்.

அல் கோஸிக்கு ஒரு சௌகரியம் இருந்தது. வேலை மெனக்கெட்டு இந்தோனேஷிய ஜமா இஸ்லாமியா பிலிப்பைன்சுக்கு வந்து குண்டு வைக்கும் என்று உடனடியாக யாரும் நினைத்துப் பார்க்க முடியாது. சட்டென்று மோரோ இஸ்லாமிக் லிபரேஷன் மீதோ, மோரோ தேசிய லிபரேஷன் மீதோதான் சந்தேகம் வரும். அவர்களைத்தான் குறிவைத்துத் தேடுவார்கள். அந்த சைக்கிள் கேப்பில் தாம் தப்பித்துவிட முடியும் என்று அவன் கணக்குப் போட்டிருந்தான்.

அந்தக் கணக்கு அப்படியொன்றும் சோடை போய்விடவில்லை. எதிர்பார்த்தபடியே பிலிப்பைன்ஸ் காவல் துறை முதலில் மோரோக்களைத்தான் குறிவைத்துத் தேடத் தொடங்கியது. ஆள்களையும் ஆதாரங்களையும்.

மோரோக்கள் உடனடியாக மறுப்பு அறிக்கை விடுத்து, தங்களுக்கும் குறிப்பிட்ட தாக்குதலுக்கும் சம்பந்தமில்லை; இப்போது இப்படியொரு கொடூரமான தாக்குதலில் ஈடுபடுவதற்கு உரிய காரணமும் இல்லை என்று சொல்லிவிட்டன.

தவிரவும் தாக்குதலில் பிசிறே இல்லாமல் இருந்தது, வெடித்த குண்டின் தன்மை, ரசாயனப் பொருள் கலவையில் தெரிந்த அன்னிய மண் வாசனை இன்னபிற காரணங்களைக் கொண்டு சற்றுத் தாமதமாகத்தான் பிலிப்பைன்ஸ் காவல் துறை ஜமா இஸ்லாமியாவின் மீது கவனம் குவித்தது.

அதற்குள் அல் கோஸி, பிலிப்பைன்ஸிலிருந்து தப்பித்துவிட்டிருந்தான். நேரே அங்கிருந்து சிங்கப்பூர் சென்று சில வாரங்கள் அங்கே சுற்றிக்கொண்டிருந்துவிட்டு மலேசியா எல்லையை நடந்தே கடந்து, அங்கிருந்து இந்தோனேஷியாவுக்கு வந்து ஜகார்த்தாவிலும் ஜாவாவிலும் மாறி மாறித் தங்கி இருந்துவிட்டு, ஜமாவின் தலைமையகத்துக்குப் போய் அடைக்கலமாகிவிட்டான்.

இரண்டு வருடங்கள் கழித்து *(2002 ஜனவரி 15)* அதே பிலிப்பைன்ஸ், அதே மணிலாவில், விமான நிலையத்தில் பாங்காக் போக இருந்தவன் கடைசி நிமிடத்தில் கைதாகி, அதற்கு அடுத்த வருடம் சிறையிலிருந்து தப்பித்துப் போகுமுன்னர் அளித்த ஒரு சில வாக்குமூலங்கள்தான் இன்றைக்கு நாம் ஜமா இஸ்லாமியாவின் தொடக்ககாலத் தாக்குதல் திட்டங்கள் குறித்து ஓரளவு தெளிவாக அறிந்துகொள்ள உதவி செய்யும் முக்கிய ஆதாரங்கள்.

9

எதிர்க்கலாம், தப்பில்லை!

இரண்டாயிரமாவது ஆண்டுக்குப் பிறகு ஜமா இஸ்லாமியா முன்னின்று நடத்திய அல்லது ஒத்துழைப்புக் கொடுத்த பல தாக்குதல் திட்டங்களை உற்று நோக்கினால் ஒரு பொதுவான அம்சம் புலப்படும். பெரும்பாலும் அவர்களுடைய இலக்கு அமெரிக்கப் பொருளாதாரத்தைச் சீண்டிப்பார்ப்பதாகவோ, அமெரிக்க வெளியுறவு அமைச்சகத்துக்குத் தலைவலி தரத்தக்கதாகவோதான் இருந்துவந்திருக்கின்றன. அப்படி இல்லாமல் லோக்கல் இந்தோனேஷிய அரசை மட்டுமே பாதிக்கக்கூடிய திட்டமாக இருந்தாலும், ஏதோ ஒரு வகையில் அவர்கள் அமெரிக்காவுக்கு பதில் சொல்லவேண்டிய நிர்ப்பந்தத்தை உள்ளடக்கிய வகையிலேயே திட்டங்கள் தீட்டப்பட்டிருக்கின்றன.

அல் காயிதாவைப் போல ஜமா இஸ்லாமியாவுக்கு நேரடியான அமெரிக்க விரோத மனப்பான்மை கிடையாது. அதற்கான அவசியமும் ஏற்பட்டதில்லை. பின்லேடனுக்காவது, தன் தாய்நாட்டுக்குள்

அமெரிக்கப் படைகள் வந்து உட்கார்ந்துகொண்டு அழிச்சாட்டியம் பண்ணிக்கொண்டிருந்த கோபம் இருந்தது. ஆப்கன் யுத்தத்தின் வெற்றியை அமெரிக்கா தன்னுடைய சொந்த வெற்றியாக அறிவித்துக்கொண்ட வெறுப்பு இருந்தது. பாலஸ்தீன் விஷயத்தில் இஸ்ரேலைத் தொடர்ந்து தூண்டிவிட்டுக்கொண்டிருந்த ஆத்திரம் இருந்தது.

ஜமா இஸ்லாமியாவுக்கு அப்படியெல்லாம் பிரத்தியேகக் காரணங்கள் ஏதும் கிடையாது. பஷீரும் சரி, அவரது சிநேகிதர் சுங்கரும் சரி. ஜமாவைத் தொடங்கிவைத்து கொள்கை விளக்கம் அளித்தபோது, செயல்திட்டத்தின் ஒரு பகுதியாக அமெரிக்க இலக்குகள் எதையும் குறிப்பிட்டதில்லை. பின்னால் வந்து இணைந்து தளபதியான ஹம்பாலிக்கும் அமெரிக்கா மீது கசப்பு ஏற்படத் தனிக்காரணங்கள் ஏதும் கிடையாது.

ஆரம்பத்தில் இந்தோனேஷியாவுக்குள் மட்டும் இயங்க முடிவு செய்து கொஞ்சம் கொஞ்சம் பிற கிழக்காசிய நாடுகளிலும் மூக்கை நீட்டத் தொடங்கிய ஜமா இஸ்லாமியாவுக்கு தீவிரமான அமெரிக்க விரோத எண்ணம் ஏற்படக் காரணமாக இருந்த நபர் காலீத் ஷேக் முஹம்மது.

❍

இந்தக் கணம் வரை அமெரிக்கச் சிறையில் கம்பி அல்லது கட்டம் எண்ணிக்கொண்டிருக்கும் காலீத் ஷேக் முஹம்மது, சர்வதேசத் தீவிரவாத வட்டாரத்தில் மிக முக்கியமான ஒரு நபர். அல் காயிதாவுடனும் இருப்பார். ஜமாவுடனும் இருப்பார். வேறு யாருடனும் எப்போது வேண்டுமானாலும் அவரைப் பார்க்கலாம். அவர் ஒரு ஃப்ரீலான்ஸ் பயங்கரவாதி.

ஒரு தனி நபராகவும் சுதந்தரத் தீவிரவாதியாகவும், அதே சமயம் எந்த இயக்கத்துடனும் எந்தச் சந்தர்ப்பத்திலும் பொருந்தி செயல்படக்கூடிய தன்மை கொண்டவராகவும் காலீத் ஒருவரைத் தவிர இன்னொருவர் இருப்பதாகத் தெரியவில்லை. அவரது விசேஷமும் இதுதான்; பிரச்னையும் இதுதான்.

காலீத் ஷேக் முஹம்மது எதற்காக ஜமா இஸ்லாமியாவுக்கு அமெரிக்க விரோத மனப்பான்மையை ஊட்ட வேண்டும்? அல்லது புகட்ட வேண்டும்?

இது கேள்வி. நல்ல கேள்விதான். ஆனால் இதற்கு நேரடி பதில் கிடையாது. காலீத் ஷேக், ஒரு கார்ப்பரேட் மனோபாவம் கொண்ட தீவிரவாதி. தீவிரவாதத்தை ஒரு பெருந்தொழிலாக நடத்த விரும்பியவர். உயர் தொழில்நுட்பம், உலகமெங்கும் நெட் ஒர்க், மிகப்பெரிய டார்கெட், வலுவான போட்டியாளர், அட்டகாசமான தாக்குதல் உத்திகள் என்று அவரது திட்டங்கள் அனைத்தும் கோட் சூட் அணிந்தவை.

மேலோட்டமான பார்வைக்கு இது விநோதமாக, சிரிப்பூட்டக்கூடியதாகத் தோன்றலாம். உண்மை அப்படியல்ல. ஒரு கேள்விக்கு பதில் சொல்லுங்கள். கோககோலா கம்பெனியின் வளர்ச்சி குறித்து யார் அதிகம் கவலைப்படுவார்கள்?

கோககோலாவின் சேர்மன் என்று உடனடியாக பதில் சொல்வீர்களானால் உங்களுக்கு சைபர் மார்க். பெப்சியின் ஆள்கள் என்பீர்களானால் நீங்கள் கரெக்ட்.

தீவிரவாத இயக்கங்களைப் பொறுத்தவரை, அவர்களது வளர்ச்சி குறித்தும் செயல்பாடுகள் குறித்தும் அவர்களைக் காட்டிலும் அதிகம் கவலை

கொண்டு, அக்கறையுடன் கவனித்தது அமெரிக்கா. தன்னுடைய சௌகரியத்துக்கு ஒவ்வொரு கால கட்டத்திலும் வெவ்வேறு இயக்கங்களை ஊக்குவித்து வளர்த்ததும் அதே அமெரிக்காதான். பின்னாளில் தான் வளர்த்துவிட்ட அதே இயக்கங்களை ஒழிப்பதிலும் அதே தீவிரத்துடன் அமெரிக்கா செயல்படத் தொடங்கியபோதுதான் காலீத் ஷேக் போன்ற மாஸ்டர் தீவிரவாதிகளுக்குக் கடுப்பாகிப் போனது.

காலீத் ஷேக் அல் காயிதா ஆள் அல்ல. ஆனால் அவர் அல் காயிதாவுக்காக வேலை பார்த்திருக்கிறார். அவர் ஜமா இஸ்லாமியாவின் ஆள் அல்ல. ஆனால் ஜமாவுக்காகவும் உழைத்திருக்கிறார். அபூ சயீப் குழு, பாலஸ்தீனியக் குழுக்கள், சவூதி அரேபிய, இராக் குழுக்கள், செர்பிய தீவிரவாத இயக்கங்கள் பலவற்றுடன் பல்வேறு காலகட்டங்களில் அவர் தொடர்பு வைத்துக்கொண்டிருந்திருக்கிறார். அசைன் மெண்ட் அடிப்படையில் அவர்களுக்கெல்லாமும் கூடப் பல காரியங்கள் செய்துகொடுத்திருக்கிறார். விஷயமுள்ள ஆள். ஒரு காரியத்தை நம்பி ஒப்படைத்தால், எப்பாடு பட்டாவது முடித்தே தீருவார். செப்டெம்பர் 11 சம்பவம் ஒன்று போதாது?

❍

அப்படிப்பட்ட நபர், செப்டெம்பர் 11 சம்பவம் தொடர்பாகக் கிழக்காசிய நாடுகளில் சில முன்னேற்பாடுகள் செய்வதன்பொருட்டு ஜமா இஸ்லாமியாவைத் தொடர்புகொண்டபோதுதான் முதல் முதலில் இந்த அமெரிக்க எதிர்ப்புணர்வு என்கிற விதையை அங்கே போட்டுவைத்தார்.

காலீத் ஷேக்கைப் பொறுத்தவரை, போராளி இயக்கங்களின் செயல்பாடுகள் என்னதான் முஸ்லிம்

சமூகத்தினரின் நன்மைக்காக என்று சொன்னாலும் அதில் கொஞ்சம் ஸ்டண்ட் கலந்திருக்க வேண்டும் என்பதுதான் அவரது பிரத்தியேக விருப்பம். ஒசாமாவிடம் அவருக்குப் பிடிக்காத விஷயமே இதுதான். எல்லாவற்றையும் ஏன் ரகசியமாக மூடி மூடிச் செய்யவேண்டும்? செய்து முடித்தபிறகும் தன்னை வெளிப்படுத்திக்கொள்ளாமல் இருப்பது ஏன்? சந்தோஷப் பரவசத்துடன் மைக் பிடித்து முழங்க வேண்டாமா?

அமெரிக்காவை எதிர்க்கிறோம் என்றால் அதை பகிரங்கமாகச் சொன்னால்தானே அமெரிக்க எதிர்ப்பாளர்கள் அத்தனை பேரின் ஆதரவும் கிடைக்கும்? தவிரவும் எந்த ஒரு தேசத்தின் அரசும் அமெரிக்காவுடன் மோத பயப்படும் என்கிற நிலையில் போராளி இயக்கங்கள் முழு மூச்சுடன் அமெரிக்க எதிர்ப்பில் இறங்குவது மக்கள் ஆதரவைத் திரட்ட மாபெரும் உபாயமாகுமல்லவா?

அதுமட்டுமல்லாமல், முஸ்லிம் விரோத அமெரிக்க அரசை எதிர்ப்பதை பகிரங்கமாகக் காட்டிக்கொண்டால் இரண்டு லாபங்கள் நிச்சயம். ஒன்று, ஒட்டுமொத்த உலக முஸ்லிம்களும் அள்ளிக்கொடுத்து ஆதரிப்பார்கள். இரண்டாவது, எதிரி பலம் பொருந்தியவனாக இருப்பது நம் அந்தஸ்தை அதிகரிக்கும். சட்டென்று ஒரு கவனம் கிடைக்கும். நாம் யார் என்பதைக் காட்டிலும் நம் எதிரி யார் என்று தெரிந்தால் இன்னும் சுவாரசியமாக கவனிப்பார்கள். அது பொருத்தமான எதிரியாகவே இருந்துவிடுகிற பட்சத்தில் நமது செயல்பாடுகளுக்கு ஒரு நியாயம் தானாகவே வந்து சேரும்.

இதைத்தான் பல்வேறு விதங்களில் ஹம்பாலிக்குத் திரும்பத் திரும்பச் சொல்லிக்கொடுத்தார் காலீத்

ஷேக் முஹம்மது. அமெரிக்க எதிர்ப்புணர்வு வெளிப்படையாகத் தெரியும்படிக் காரியங்களை அமைத்துக்கொண்டால் அல் காயிதாவின் நிதி உதவியும் அதிகரிக்க வாய்ப்புண்டு என்பது அவர் மறைமுகமாகத் தெரிவித்த செய்தி.

ஒரு விஷயம். காலீத் ஷேக் ப்ரோக்கர் அல்ல. நிச்சயமாக அல்ல. அவரது தீவிரவாத மனோபாவமும் சரி, அமெரிக்க எதிர்ப்புணர்வும் சரி, லாப நோக்கற்றது. குவைத்தில் பரம சௌக்கியமாக வாழக்கிடைத்த வாழ்க்கையை உதறிவிட்டு, பெற்றோரையும் மனைவி மக்களையும் அம்போவென்று விட்டுவிட்டு ஆப்கனிஸ்தான் காடுகளிலும் இந்தோனேஷிய ரகசிய இடங்களிலும் செர்பியக் காட்டிலும் சுற்றிக்கொண்டிருந்தவர் அவர். அல் காயிதாவில் இணைந்துவிடும்படி எத்தனையோ முறை ஒசாமா பின்லேடன் அழைப்பு விடுத்தும், சேராமல் 'வெளியிலிருந்து ஆதரவு' மட்டுமே தரமுடியும் என்று ஒற்றைக்காலில் நின்றவர் அவர். என்ன, கொஞ்சம் புகழ் பிடிக்கும். செய்து முடித்த காரியத்துக்கு உரிய அங்கீகாரம் வேண்டுமென்று எதிர்பார்ப்பவர்.

விமானங்களைக்கடத்தி மோதிய சம்பவத்தின்போதே அவர் முதலில் வைத்த யோசனையின் இறுதிக்கட்டம் இதனடிப்படையில் அமைந்ததுதான். கடைசியாகக் கடத்தப்படும் விமானத்தில் தானே ஏறி ஒரு பிரசங்கம் செய்து விட்டு, அமெரிக்காவுக்கு எச்சரிக்கை கொடுத்துவிட்டு, கூண்டோடு வெடித்து இறந்து போவதாகத்தான் அவரது ஒரிஜினல் ப்ளூ ப்ரிண்ட் இருந்தது.

ஒசாமாதான் அதனை நிராகரித்துவிட்டார். தன் உயிரைக் கொடுத்தாவது அமெரிக்காவுக்கு ஒரு

பகிரங்க எச்சரிக்கை அளிக்கலாம் என்பதே காலீத் ஷேக்கின் சித்தாந்தம். ஒசாமா, அமெரிக்காவுக்கு எச்சரிக்கை வேறு விதமாகக் கொடுத்துக்கொள்ளலாம், இப்போதைக்கு உன் உயிர் இருந்துவிட்டுப் போகட்டும் என்று சொல்லிவிட்டதால் தப்பித்தார்.

❍

அது இருக்கட்டும். இந்த காலீத் ஷேக் முஹம்மது எந்த வகையில் ஜமா இஸ்லாமியாவுக்கு முக்கியமாகிப் போனார்? எப்படி அவரால் அமெரிக்க எதிர்ப்பு என்கிற தீவிர உணர்வை அத்தனை அநாயாசமாக அந்த இயக்கத்துக்குள் வேரூன்ற வைக்க முடிந்தது? சரி, அவர்தான் சொல்கிறார் என்றால் ஏன் ஜமா அதனை ஏற்றுக்கொள்ளவேண்டும்? அதனால் என்ன லாபம் அவர்களுக்கு?

ஒரே லாபம்தான். கிழக்காசியாவின் நிகரற்ற பெரும் இயக்கமாக ஜமா இஸ்லாமியா உருவானதற்கு அல் காயிதாவின் தொடர்பும் நட்பும் பொருளுதவிகளும் தடையற்றுக் கிடைக்கத் தொடங்கியது.

தனக்கான லாபம் இதில் என்னவென்று காலீத் ஷேக் பார்க்கவில்லை. ஜமா இஸ்லாமியா போன்ற இயக்கங்களின் வளர்ச்சி, இந்தக் காலகட்டத்துக்கு அத்தியாவசியம் என்று அவர் நினைத்தார். அதற்குத் தன்னாலான ஒரு திருப்பணியாகத்தான் அவர் இதனைச் செய்தார்.

செப்டெம்பர் 11 சம்பவத்துக்கான தயாரிப்புப் பணிகளில் அல் காயிதா தீவிரமாக மூழ்கியிருந்த போது, சம்பந்தப்பட்ட கடத்தல்காரர்களுக்கு விமானம் குறித்த அடிப்படைப் பாடங்களைச் சொல்லிக்கொடுக்கவும் வேறு சில சிறப்புப்

பயிற்சிகளுக்காகவும் கிழக்காசியாவுக்கு அனுப்பி வைக்க அல் காயிதா மேலிடம் விரும்பியது. ஆப்கனிஸ்தானில் உட்கார்ந்துகொண்டு விமானமல்ல; விமான பொம்மையைக் கூடப் பார்க்க முடியாது என்பதுதான் காரணம்.

தவிரவும் அமெரிக்காவில் நிகழ்த்த உத்தேசிக் கப்பட்டிருந்த ஒரு காரியத்துக்கு, அதற்குச் சற்றும் சம்பந்தமில்லாத இன்னொரு மூலையில் பயிற்சியளிப்பதுதான் சரி என்றும் நினைத்திருக் கலாம். பெரும்பாலான கிழக்காசிய நாடுகள் அமெரிக்காவுடன் கொண்டிருந்த நல்லுறவுகளும் இன்னொரு காரணம். எந்த வகையிலாவது அந்த உறவுக்கும் ஒரு வேட்டு வைக்க வாய்ப்புக் கிடைத்தால் கசக்குமா என்ன?

ஒசாமா பின்லேடனும் அவரது தளபதியான முஹம்மது அடஃபும் இப்படி யோசித்துக் கொண்டிருந்தபோதுதான் காலீத் ஷேக் முஹம்மது ஜமா இஸ்லாமியாவின் இருப்பை ஞாபகப்படுத்தி, அவர்கள் மூலம் இந்தக் காரியத்தைச் செய்யலாம் என்று யோசனை தெரிவித்தார்.

யோசனை ஒப்புக்கொள்ளப்பட்டதும் முதலில் காலீத் இந்தோனேஷியாவுக்குப் போனார். அங்கே ஹம்பாலியைச் சந்தித்துப் பேசி விஷயத்தை விளக்கினார்.

இதோ பார், நான் சில பையன்களை அழைத்து வரப்போகிறேன். அவர்கள் மிகப்பெரிய காரியம் ஒன்றுக்காகப் பயிற்றுவிக்கப்பட்டுக் கொண்டிருக்கிறவர்கள். அவர்களுக்கு இங்கே உன்னால் சில காரியங்கள் ஆகவேண்டியிருக்கிறது. மிஞ்சிப் போனால் இந்தப் பக்கம் ஒரு மாதகாலம்

சுற்றிக்கொண்டிருப்பார்கள். கழுதை கெட்டால் மலேசியா, சிங்கப்பூர், பாங்காக் அல்லது ஜகார்த்தா. அவர்கள் போகிற இடங்களிலெல்லாம் நீதான் பாதுகாப்பாக அழைத்துப்போக வேண்டும். அவர்களுக்கு வேண்டிய சுக சௌகரியங்களைச் செய்து தர வேண்டும். உனக்குத் தெரிந்த வித்தைகளையும் சேர்த்துச் சொல்லிக்கொடுப்பாயானால் உனக்கு மங்களம் உண்டாகட்டும். காரியம் நல்லபடியாக முடிந்தால் சரித்திரம், பூகோளம் எல்லாவற்றிலும் நம் பெயர் எழுதப்படும்.

பார்த்துப் பார்த்து எல்லா ஏற்பாடுகளையும் செய்துவிட்டு, அவர் கராச்சிக்குப் போய் உட்கார்ந்து கொண்டார். ஆப்கனிஸ்தானிலிருந்து பயிற்சி முடித்துத் திரும்பி வந்த விமானக் கடத்தல்காரர்களை பேட்ச் பேட்சாக அங்கிருந்து அவர் பாங்காக்குக்கும் மலேசியாவுக்கும் அனுப்ப ஆரம்பித்தார். அவரவர் நல்ல பெயர், கெட்ட பெயருக்கேற்பக் கிடைத்த விசா வசதிகளைப் பயன்படுத்தி, தலையைச் சுற்றி இந்தோனேஷியாவுக்கு அனுப்பிவைத்தார்.

ஜமா இஸ்லாமியா முதல் முதலாக அல் காயிதா குழுவினருடன் இணைந்து பணியாற்ற வேண்டிய சந்தர்ப்பம் அப்போது ஏற்பட்டது.

பக்கத்தில் இருந்து, காலீத் ஷேக் பார்த்துக்கொண்டார். தூர இருந்து ஒசாமா பின்லேடனும் கவனித்தார். இந்தப் பன்னாட்டு கொலாபரேஷனை கவனிக்க மறந்த ஒரே பிரகஸ்பதி, இந்தோனேஷிய உளவுத்துறை.

அதற்கான விலையையும் அவர்கள் கொடுக்க வேண்டியிருந்தது.

10

தேவை ஒரு விஞ்ஞானி!

செப்டெம்பர் 11 சம்பவத்தில் பங்குபெற்ற தீவிரவாதிகளுக்கு ஜமா இஸ்லாமியா எந்தெந்த வகைகளில் உதவி செய்தது?

அதைத்தான் பார்க்கப் போகிறோம். ஆனால் அதற்கு முன்னால் புரிந்துகொண்டு விடவேண்டிய இன்னொரு முக்கியமான விஷயம் உண்டு. என்னதான் உயிர்த்தோழனாக இருந்தாலும் அப்பேர்ப்பட்ட மகா பயங்கர திட்டத்தை ஒசாமா பின்லேடன் ஒரு வெளிநாட்டுத் தீவிரவாத அமைப்புடன் பகிர்ந்துகொண்டிருப்பாரா? கொஞ்சம் வெளியே கசிந்தாலும் கும்பலோடு கோவிந்தா என்பது அவருக்குத் தெரியாதா? அல்லது ஹம்பாலிக்குத்தான் தெரியாதா? பல கோடிக்கணக்கில் செலவு செய்து நிறைவேற்றத் திட்டமிட்டிருந்த விஷயம். அல் காயிதாவிலேயே மேல் மட்டத் தலைகள் இரண்டு மூன்று பேரைத் தவிர வேறு யாருக்கும் தெரியாது. இந்த நிலையில், இந்தோனேஷியாவில் இருந்து இயங்கும் ஒரு குட்டித் தீவிரவாத இயக்கம் - அதுவும்

தன் அத்தனை அமெரிக்க எதிர்ப்பாளராக இல்லாத இயக்கம் - அதனிடம் போய் விவரித்துக்கொண்டிருக்க முடியுமா?

ப்ராக்டிகலாக யோசித்துப் பார்த்தால் இதன் சாத்தியங்கள் மிகவும் குறைவாகவே தெரியும். ஆனாலும் ஒசாமா பின்லேடன் தன் வீரர்களை ஏன் ஜமா இஸ்லாமியாவை நம்பி தென் கிழக்காசிய நாடுகளுக்கு பயிற்சி பெற அனுப்பினார்? ஏன் பாலஸ்தீனுக்கு அனுப்பியிருக்கக் கூடாது? ஹமாஸ் உதவாதா? ஹிஸ்புல்லா உதவாதா? அட, பி.எல்.ஓவின் உறுப்பு இயக்கங்கள் எத்தனையோ இருக்கின்றன. அவை உதவாதா? எல்லோரையும் விட்டுவிட்டு ஜமாவுடன் ஜமா சேர என்ன காரணம்?

விஷயம் இருக்கிறது. ஜமா இஸ்லாமியாவையும் ஹம்பாலியையும், ஒசாமா பின்லேடனும் அவரது முதன்மைத்தளபதியாக அப்போது இருந்த முஹம்மது அடஃபும் முழுமையாக நம்புவதற்கான காரணம் ஒன்றுண்டு. சற்று விரிவாகப் பார்க்கவேண்டும்.

1998ம் ஆண்டுதான் முதல் முதலாக ஒசாமா பின்லேடன் ஜமா இஸ்லாமியாவின் மூத்த தலைவர்களைத் தொடர்பு கொள்ள முயற்சி மேற்கொண்டார். நேரடியாக அல்லாமல், தனக்கு மிகவும் வேண்டப்பட்ட சில இடைப் பிரமுகர்கள் மூலமாக. (அவர்கள் யார் என்கிற விவரம் வெளிவரவில்லை.)

யூதர்களுக்கும் கிருத்தவர்களுக்கும் எதிராக அல் காயிதா தொடுக்க உத்தேசித்திருந்த மிக நீண்ட யுத்தத்தின் ஆசியப் பங்காளியாக இணைந்து செயல்பட முடியுமா என்பதுதான் பின்லேடனின் கோரிக்கை. இன்று வரை நீளும் ஜமா - அல் காயிதா நட்பின் தொடக்கம் இதுதான்.

பின்லேடனிடமிருந்து அழைப்பு வந்ததும் உடனடியாக ஜமா இஸ்லாமியாவின் தலைவர் அபூபக்கர் பஷீர், ஹம்பாலியை கராச்சிக்கு அனுப்பிவைத்தார். அங்கே ஒசாமாவின் சார்பில் காலீத் ஷேக் முஹம்மது அவரைச் சந்தித்துப் பேசியதாகத் தெரிகிறது. (இதுவும் உறுதி செய்யமுடியாத தகவல். வேறு யாராவதும் பேசியிருக்கலாம். ஆனால், பெரும்பாலான ஆய்வாளர்கள் காலீத்தான் பேசினார் என்கிறார்கள். செப்டெம்பர் 11 சம்பவம் தொடர்பான அமெரிக்க அரசின் அறிக்கையிலும் இத்தகவல் பதிவாகியிருக்கிறது.) ஒப்பந்தத்தின் அத்தாட்சியாக, ஜமா இஸ்லாமியாவின் போராளிகள் சிலருக்கு ஆப்கனில் பயிற்சியளிக்க அல் காயிதா ஒப்புக்கொண்டது.

காலீத் ஷேக்கின் மூலம்தான் ஹம்பாலிக்கு முஹம்மது அடஃபின் தொடர்பும் கிடைத்தது. இந்தத் தொடர்பு மிக விரைவில் வலுவாகி, இருவரும் இணைபிரியாத நண்பர்களும் ஆகிப்போனார்கள். ஹம்பாலியை, ஒசாமாவின் ஒரு மினியேச்சர் வடிவமாகவே அடஃப் பார்த்தார். அல் காயிதா செய்ய விரும்பும் பல காரியங்களுக்கு ஆசியாவில் ஹம்பாலி ஒரு நிரந்தரப் பிரதிநிதியாக இருந்து செய்து கொடுப்பார் என்றே அடஃப் நினைத்தார். இதனைப் பல சந்தர்ப்பங்களில் அவர் ஒசாமா பின்லேடனிடமும் தெரிவித்திருக்கிறார்.

ஒசாமாவுக்கு ஆரம்பத்தில் பெரிய அபிப்பிராயம் ஏதுமிருந்ததாகத் தெரியவில்லை என்றாலும், ஹம்பாலியின் தீவிரம், கொள்கைப் பிடிப்பு, மதப் பற்று ஆகியவை அவரையும் கவரவே செய்தன. ஆகவே, தன்னுடைய தளபதியின் விருப்பத்துக்கு அவர் மறுப்பு சொல்லவில்லை.

அவர் ஹம்பாலியை மிகவும் விரும்பத் தொடங்கியதற்கான காரணம் 2000ம் ஆண்டில் நிகழ்ந்தது.

அப்போது அல் காயிதாவுக்கு ஒரு வினோதமான தேவை ஏற்பட்டது. அடுத்த வருடம் அவர்கள் செய்ய உத்தேசித்திருந்த அமெரிக்கத் தாக்குதல் வெற்றிகரமாக நிறைவேறிவிடுகிற பட்சத்தில் கண்டிப்பாக அமெரிக்கா அப்போது ஓசாமா தங்கியிருந்த ஆப்கனிஸ்தான் மீது போர் தொடுக்கும். யுத்தம் மிகக் கடுமையாகவே இருக்கும். இதில் சந்தேகமில்லை.

அப்படியொரு யுத்தம் வருகிற பட்சத்தில் அல் காயிதாவின் ஆயுதக் கையிருப்பு போதுமான அளவில் இருந்தாகவேண்டும் என்று ஓசாமா நினைத்தார்.

ஆயுதம் என்றால் துப்பாக்கிகளோ, ரெகுலர் வெடிகுண்டுகளோ அல்ல. அவர் எதிர்பார்த்தது உயிரியல் ஆயுதங்கள். கடத்தல் மார்க்கெட்டில் (சில கிழக்கு ஐரோப்பிய நாடுகளிலும் சோவியத் யூனியனிலிருந்து சிதறிய குட்டி நாடுகள் சிலவற்றிலும்) இது கிடைக்கக் கூடிய சங்கதிதான் என்றாலும் அல் காயிதாவின் தேவை அதிகம். வாங்கிக் கட்டுப்படி ஆகாது.

எனவே அல் காயிதாவுக்கென்று ஒரு உயிரியல் விஞ்ஞானி சம்பளத்துக்கு முழு நேரம் பணியாற்றக் கிடைத்தால் உபயோகமாக இருக்கும் என்று ஓசாமா நினைத்தார்.

○

இதையெல்லாம் படித்துச் சிரிக்கக் கூடாது. தீவிரவாத இயக்கம் என்று பொத்தாம் பொதுவில் சொல்லி விடுகிறோம். ஆனால் ஒவ்வொரு விஷயத்தில்

ஒரு அரசாங்கம் எத்தனை கவனம் செலுத்துமோ, அதனைக் காட்டிலும் பல மடங்கு கவனம் செலுத்தி வேலை பார்க்கிறவர்கள் அவர்கள்.

ஆனால் ஒரு போராளி இயக்கத்தில் விஞ்ஞானியாகப் பணியாற்ற யார் முன்வருவார்கள்? எங்கிருந்து வருவார்கள்? இளைஞர்கள் ஆர்வத்தில் வரலாம். அல்லது கொள்கை பிடித்துப் போய் வரலாம். வாழ்க்கையை யுத்தத்தில் முதலீடு செய்யலாம். ஆனால் ஒரு பி.எச்.டி அளவுக்காவது படித்து முடித்து, சம்பந்தப்பட்ட துறையில் கொஞ்சம் போலாவது சாதித்துக் கொட்டை போட்டுப் பாதி வழுக்கை விழுந்த ஆசாமிகள் யார் விரும்பி வரக்கூடும்?

முதலில் அவருக்கு அல் காயிதாவின் மீதும் அதன் கொள்கை கோட்பாடுகள் மீதும் நம்பிக்கையும் பிடிப்பும் ஆர்வமும் இருக்கவேண்டும்.

அடுத்தபடியாக அவர் உயிரியல் விஞ்ஞானம் படித்த பண்டிதராக இருக்கவேண்டும்.

மூன்றாவதாக, அந்தத் துறையில் ஆயுதம் தயாரிக்கக் கூடிய விற்பன்னராக இருக்க வேண்டும். ஒரு டீமை ஏற்படுத்தி, கணிசமான அளவில் உயிரியல் ஆயுதங்கள் ஸ்டாக் தயார் செய்ய வேண்டும்.

இதெல்லாம் சாத்தியமா?

அல் காயிதா பல இடங்களில் முயற்சி செய்து பார்த்து, தோற்றுத் துவண்டிருந்த நேரம் அது. சாத்தியம்தான் என்று நம்பிக்கை கொடுத்த ஒரே நபர் ஹம்பாலி!

முதலில் ஒசாமா பின்லேடனாலும் அடஃபாலும் இதை நம்பமுடியவில்லை. உண்மைதானா, அப்படி ஒரு நபர் கிடைப்பாரா என்று திரும்பத் திரும்பக் கேட்டுக்கொண்டே இருந்தார்கள்.

ஹம்பாலி புன்னகை செய்தார். அவரிடம் அப்படியொரு ஆயுதம் இருந்தது அப்போது! அந்த ஆயுதத்தின் பெயர் யாஸித் ஸுஃபாத் *(Yazid Sufaat)*

○

மலேசியாவில் ஜோஹார் என்கிற இடத்தில் பிறந்த யாஸித் ஸுஃபாத், முன்னொரு காலத்தில் மலேசிய ராணுவத்தில் ஒரு கேப்டனாகப் பணியாற்றியவர். அதற்கு முன்னால் அவர் படித்தது உயிரியல். அடிப்படை டிகிரி பெற்றபிறகு அவர் அமெரிக்கா சென்று, சாக்ரமண்டோவில் இருக்கிற கலிஃபோர்னியா மாகாணப் பல்கலைக் கழகத்தில் பயோ கெமிஸ்டிரி துறையில் மேல் படிப்பு முடித்தவர்.

படித்து முடித்து ராணுவத்தில் பணியாற்றினாலும், ஸுஃபாத்துக்கு ஆரம்பத்திலிருந்தே ஜமா இஸ்லாமியாவின் மீது அன்பும் அனுதாபமும் இருந்துவந்திருக்கிறது. அவர் எப்போது, எப்படி ஹம்பாலியைச் சந்தித்தார் என்கிற விவரங்கள் இல்லை. ஆனால் அமெரிக்காவில் அவர் படித்துக்கொண்டிருந்த காலத்திலிருந்தே ஹம்பாலியுடன் அவருக்குத் தொடர்பு இருந்திருக்கிறது.

நேரடியாக அவர் ஒரு போதும் ஜமா இஸ்லாமியாவுக்காகப் பணியாற்றியதில்லை என்றுதான் அவரைக் குறித்த ஆவணங்கள் தெரிவிக்கின்றன. ஆனால், ஒரு தேவை என்று ஒசாமா பின்லேடன் கேட்டபோது ஹம்பாலிக்கு உடனடியாக ஸுஃபாத்தின் நினைவுதான் வந்தது.

தனிப்பட்ட முறையில் தன்னுடைய வேண்டுகோளாக இதனை ஸுஃபாத்திடம் வைத்து, எப்படியாவது

அவரை ஆப்கனிஸ்தானுக்கு அனுப்பிவைப்பதாக அவர் முஹம்மது அடஃப்பிடம் வாக்களித்தார்.

சொன்னபடியே இரண்டாயிரமாவது ஆண்டின் மத்தியில் ஸுஃபத், கராச்சி வழியே கந்தஹாருக்கு வந்து சேர்ந்தார். முஹம்மது அடஃப் அவரை வரவேற்று, அல் காயிதாவின் 'டாக்டரான' ஐமன் அல் ஜவாஹிரியிடம் அழைத்துப் போனார்.

வேண்டியது என்ன? அல் காயிதாவுக்கெனப் பிரத்தியேகமாக உயிரியல் ஆயுதங்கள். வலுவானவையாக இருக்க வேண்டும். பிரயோகித்தால் பிராந்தியத்தில் ஒரு ஜீவராசி உயிருடன் இருக்கக்கூடாது. அந்தளவுக்கு வீரியம் வேண்டும். தவிரவும் கணிசமாக வேண்டும். என்ன செலவானாலும் பரவாயில்லை.

ஆந்திராக்ஸ் என்னும் ஆயுதத்தை அல் காயிதாவுக்கு முதல் முதலில் அப்போதுதான் அறிமுகம் செய்து வைத்தார் ஸுஃபாத். ஆப்கனிஸ்தானில், கந்தஹார் விமான நிலையத்தை அடுத்த ஒரு வெற்று வெளியில் அவருக்கான பிரத்தியேக ஆய்வுச் சாலை ஒன்று உருவாக்கப்பட்டது. கட்டுமானத்துக்குத் தேவையான மூலப் பொருள்களை அப்போதைய தாலிபன் ஆட்சியாளர்களே கொண்டு வந்து கொட்டினார்கள். பல அடுக்கு பாதுகாப்பு ஏற்பாடுகள் செய்யப்பட்டன. சுற்று வட்டாரத்தில் மூன்று கிலோ மீட்டர் பரப்புக்கு ஒரு ஈ, காக்கா கூட நுழைய முடியாதபடி பாதுகாப்பு வளையம் பலப்படுத்தப்பட்டது.

ஸுஃபாத், சில அல் காயிதா போராளிகள், ஆப்கனில் பயாலஜி படித்துக்கொண்டிருந்த பையன்களை மட்டும் உதவி ஒத்தாசைக்கு வைத்துக்கொண்டு வேலையை ஆரம்பித்தார்.

ஆப்கன் யுத்தத்தில் அல் காயிதா பயன்படுத்திய உயிரியல் ஆயுதங்கள் குறித்தும், கந்தஹாருக்கு வெளியே ஓரிடத்தில் நூற்றுக்கணக்கான காட்டெரு மைகள் மீது அவை பிரயோகிக்கப்பட்டு, பரிசோதிக் கப்பட்டது குறித்த சாட்டிலைட் படங்கள் வெளியானது குறித்தும் நாம் அறிவோம்.

இந்த இடத்தில் இது நினைவுகூரப்படுவதன் காரணம், ஹம்பாலி அனுப்பிய ஒரு ஆள் சொன்ன காரியத்தை வெற்றிகரமாகச் செய்து முடித்து, ஒசாமா பின்லேடனின் நம்பிக்கைக்குரிய இயக்கமாக ஜமா இஸ்லாமியா உருவானது எப்படி என்பதைச் சுட்டிக்காட்டுவதற்காக மட்டுமே.

○

இந்த நம்பிக்கையால்தான், கராச்சியில் பயிற்சி முடித்த ஆள்களை ஜமா இஸ்லாமியாவிடம் அனுப்பலாம் என்று காலீத் ஷேக் முஹம்மது முடிவு செய்தார். ஒசாமாவும் சம்மதித்தார்.

அப்படிப் போனவர்களின் பெயர்களை மட்டும் இப்போது பார்த்துவிடுவோம். போய் என்ன கற்றுக் கொண்டார்கள், எப்படியெல்லாம் செயல்பட்டார்கள் என்கிற விவரத்தை அடுத்த அத்தியாயத்தில் பார்க்கலாம்.

ஹம்பாலியிடம் போன அல் காயிதாக்காரர்கள் மொத்தம் எத்தனை பேர் என்பது குறித்த சரியான விவரங்கள் கிடையாது. ஆனால் சில முக்கியமான நபர்கள் அங்கே போயிருக்கிறார்கள். அவர்களுள் கல்லாத் *(Kalladh)* என்கிற தாஃபிக் பின் அட்டாஷ் ஒருவன். செப்டெம்பர் 11 சம்பவத்தில் இவனுக்கு நேரடித் தொடர்பு மிகக் குறைவு என்றாலும்

யுஎஸ்எஸ் கோல் என்கிற அமெரிக்கக் கப்பலைத் தகர்த்த அல் காயிதாவின் வேறொரு நடவடிக்கையில் சம்பந்தப்பட்டவன் இவன்.

நவாப் அல் ஹஜ்மி, காலீத் அல் மிஹ்தர் என்கிற இரண்டு செப்டெம்பர் *11* கடத்தல்காரர்கள் ஹம்பாலியிடம் போயிருப்பது உறுதி செய்யப்பட்டிருக்கிறது.

இவர்கள் எல்லோரும் போய், பயிற்சியில் ஈடுபட்டுக் கொண்டிருந்த காலத்தில் திடீரென்று முஹம்மது அடஃப், ஜக்கரியாஸ் மூசாவி என்கிற இன்னொரு புது முகத்தையும் ஹம்பாலியிடம் அனுப்பிவைத்தார்.

ரொம்ப விவகாரமான ஆள் அவன்.

11

அது எதுக்கு?

அபூ காலேத் அல் ஷராவி, ஷாகில், ஜக்கரியாஸ் மூசாவி என்று பல்வேறு சந்தர்ப்பங்களில் பல்வேறு பெயர்களில் அழைக்கப்பட்டிருக்கும் ஜக்கரியாஸ் மூசாவியை உங்களுக்குச் சற்று நெருக்கமான பரிச்சயம் கொண்டவர் போலத் தெரியலாம். அதாவது, செப்டெம்பர் 11 சம்பவத்துடன் தொடர்புடைய குற்றவாளிகளிலேயே அதிகம் பரிச்சயமானவர் போல.

கடந்த ஏப்ரல் 3, 2006 அன்று அமெரிக்க நீதி மன்றம் அவருக்கு மரண தண்டனை விதித்துத் தீர்ப்பளித்ததும், ஒரு மாத இடைவெளியில் தீர்ப்பு திருத்தப்பட்டு மே 4ம் தேதி அது ஆயுள் தண்டனையாக்கப்பட்டதும், நீதி மன்றத்தில் மூசாவி கொக்கரித்தது குறித்த செய்திகளும் அத்தனை எளிதில் மறந்திருக்காது. மூசாவியின் நீதிமன்ற வாதங்கள் மட்டுமே தொகுக்கப்பட்டால் படு சுவாரசியமான நெடுங்கட்டுரை ஒன்று கிடைக்கும். அத்தனை புத்திசாலி கிரிமினல் அவர்.

மொராக்கோவிலிருந்து பிரான்சுக்குக் குடி பெயர்ந்த குடும்பத்தில் பிறந்தவர் மூசாவி. பள்ளி, கல்லூரி நாள்களில் எல்லாம் கைப்பந்து விளையாட்டில் சூரர். உலக அளவில் கைப்பந்து விளையாட்டில் பிரான்சுக்குப் பெரிய பெரிய மெடல்களும் விருதுகளும் வாங்கிக்கொடுக்கக் கூடியவர் என்று எதிர்பார்த்தார்கள். அத்தனை பேருக்கும் பெப்பே சொல்லிவிட்டு மூசாவி தீவிரவாதி ஆகிப்போனார்.

இந்த வினாடி வரை தனக்கும் அல் காயிதாவுக்கும் தொடர்பு ஏதுமில்லை என்றும், ஆனாலும் தன்னுடைய அமெரிக்க எதிர்ப்பு உணர்வை மறைக்க விரும்பவில்லை என்றும், தன்னிச்சையாக அமெரிக்காவைத் தாக்க முயற்சி செய்துகொண்டிருந்தபோதுதான்மாட்டிக்கொண்டதாகவும் மூசாவி சொல்லிக்கொண்டிருக்கிறார்.

ஆனால் அதெல்லாம் புருடா. 1998ம் ஆண்டிலேயே ஆப்கனிஸ்தானில் இருந்த அல் காயிதாவின் கால்தன் (Khalden) பயிற்சி முகாமில் மூசாவியைப் பார்த்ததற்குப் பல நேரடி சாட்சியங்கள் இருக்கின்றன.

98லிருந்து இரண்டு வருடங்கள் ஒசாமா பின்லேடனின் நேரடி மேற்பார்வையில் பயிற்சி வகையறாக்களையெல்லாம் முடித்துவிட்டு செப்டெம்பர் 2000ல் மூசாவி மலேசியாவுக்குப் புறப்பட்டுப்போனார். அங்கே சென்ற அத்தியாயத்தில் நாம் சந்தித்த யாசித் ஸுஃபாத் என்கிற உயிரியல் விஞ்ஞானிக்குச் சொந்தமான சிறு ஃப்ளாட் ஒன்றில் வசிக்கத் தொடங்கினார். ஸுஃபாத்திடம் பேசி, அவரது ஃப்ளாட்டில் மூசாவி தங்குவதற்கு ஏற்பாடு செய்தது, செலவுக்கு 35,000 டாலர் பணம் கொடுத்து அனுப்பியது எல்லாம் ஹம்பாலி என்கிற ரிதுவன் நிஸாமுத்தீன்.

எதற்குப் பணம்?

மூசாவி மட்டுமல்ல. மலேசியா, சிங்கப்பூர், பாங்காக் என்று விதவிதமான ரூட்டில் பறந்துவந்த அல் காயிதாவின் ஆள்கள் அத்தனை பேருக்குமே முதலில் ஒரு விமானம் என்பது எப்படிப்பட்டது, உள்ளே எப்படி இருக்கும் என்பதில் ஆரம்பித்து, விமானம் ஓட்டும் பயிற்சி வரை புதிதாக அறிமுகமாகவேண்டியிருந்தது.

ஹம்பாலியிடம் காலீத் ஷேக் கேட்டுக்கொண்ட உதவிகளில் தலையாயது இதுதான். எங்கள் ஆள்களுக்கு விமானத்தை அறிமுகம் செய்யுங்கள். அதுவே பெரிய உதவி. உண்மையில் அமெரிக்கத் தாக்குதலுக்கு முன்னதாக கிழக்காசியாவில் ஒரு மாபெரும் விமானத் தாக்குதல் திட்டம் இருந்ததாகவும் ஏதேதோ காரணத்தால் அது கைவிடப்பட்டதாகவும் பின்னால் சொல்லப்பட்டது. நிகழ்த்தப்படாத தாக்குதல் என்பதால் வெளிவந்த விவரங்கள் அனைத்தையுமே ஓரளவு மட்டுமே நம்பமுடிகிறது.

அது கிடக்கட்டும். ஹம்பாலியும், ஜமா இஸ்லாமியாவின் வேறு சில மூத்த கமாண்டர்களும் தென் கிழக்காசியாவில் விமானம் ஓட்டக் கற்றுத்தரும் பயிற்சிப் பள்ளிகள் எங்கெல்லாம் உள்ளன என்று தேடத் தொடங்கினார்கள். சிங்கப்பூர் போன்ற இடங்களில் சில பள்ளிகள் அவர்களுக்குக் கிடைத்தன என்றாலும் ஹம்பாலிக்கு அதிலெல்லாம் நம்பிக்கை வரவில்லை. அல்லது, வேற்று தேசத்து முஸ்லிம் இளைஞர்களை சந்தேகப்படாமல் சேர்த்துக்கொண்டு பயிற்சியளிக்க அந்தப் பள்ளிகள் தயாராக இல்லை.

அதனால், ஹம்பாலிதான் முதல் முதலில் அமெரிக்காவில் இருக்கிற பயிற்சிப் பள்ளிகளுக்குப் போய்ப் படிக்கலாம் என்கிற யோசனையை காலீத் ஷேக்கிடம் தெரிவித்தார்.

2001 பிப்ரவரி முதல் மே மாதம் வரை மூசாவி அமெரிக்காவில் ஒக்லஹாமா மாகாணத்தில் உள்ள ஒரு விமானப் பயிற்சிப் பள்ளியில் சேர்ந்து படித்தார். ஆனால் நான்கு மாதங்கள் முடிந்தும் அவருக்கு விமானத்தின் சூட்சுமம் பிடிபடவில்லை. பறக்கக் கற்றுக்கொள்ள முடியவில்லை. பரீட்சையில் தோற்று, பிரைவேட் பைலட் லைசென்ஸ் பெறாமலேயே வெளியேறவேண்டி வந்தது.

பின்னால் செப்டெம்பர் 11 சம்பவத்துக்குத் தேர்வான ஆள்களில் மூசாவி இல்லாமல் போனதற்கு வேறு பல காரணங்கள் இருந்தாலும் அதெல்லாம் இந்த இடத்துக்குச் சம்பந்தமில்லாதது. 2001 ஆகஸ்டில் அவர் கைதானது தொடங்கி, கடந்த வருடம் ஆயுள் தண்டனை பெற்றது வரை அது தனியொரு கதை.

இப்போது ஹம்பாலியிடம் பயிற்சிக்கு வந்த மற்றவர்களை கவனிக்க வேண்டும். கல்லத், அபூ பாரா, காலித் அல் மிஹ்தர், நவாப் அல் ஹஜ்மி.

○

இவர்கள் நால்வரும் ஆப்கனிஸ்தானில் அடிப்படைப் பயிற்சி முடித்து, அவரவர் ஊருக்குப் போய்விட்டு வேறு வேறு வழிகளில் மலேசியாவுக்கு வந்து சேர்ந்தவர்கள். இதில் மிஹ்தரும் ஹஜ்மியும் மலேசியாவுக்கு வந்த விமானத்தில் ஒரு காமெடி நடந்தது.

அந்த விமானத்தில் ஓர் அமெரிக்க உளவாளியும் பயணம் செய்தார். சம்பந்தப்பட்ட உளவாளிக்கு, இந்த முகங்களை எங்கோ பார்த்திருக்கிறோமே என்று சந்தேகம். ஆனால் நினைவுபடுத்திக்கொள்ள முடியவில்லை. தவிரவும் அவர்கள் இருவரும் ரகசியமாகப் பேசிக்கொண்டது, விமானத்தி நடந்து கொண்ட விதம், அடிக்கடி காக்பிட் இருக்கிற இடத்துக்குப் போய்ப் பார்த்துவிட்டு வந்தது எல்லாமே சந்தேகத்தைக் கொடுத்தன.

ஆனால் எப்படி உறுதி செய்துகொள்வது? எதற்கும் இருக்கட்டும் என்று நேரே போய் புனை பெயரில் தன்னை அறிமுகப்படுத்திக்கொண்டு பேச்சுக்கொடுக்க ஆரம்பித்தார்.

கில்லாடிக் கிரிமினல்களான இருவரும் சமர்த்து மாணவர்கள் இமேஜில் தங்கள் படிப்பு குறித்தும் எதிர்காலம் குறித்தும், மலேசியாவில் மாமா வீட்டுக்குப் போய் அதை எப்படிக் கைப்பற்றப்போகிறோம் என்பது குறித்தும் ஒரு முழு நீள நாவலை வாசித்துவிட்டு நடையைக் கட்டிவிட்டார்கள்.

அவர்களுடைய வேலை என்ன? ஏமன் பாஸ்போர்ட்டை உபயோகித்து மலேசியாவுக்குப் போய், அங்கு காரியம் முடிந்ததும் ஆளுக்கொரு போலி சவூதி பாஸ்போர்ட் மூலம் அமெரிக்காவுக்கு விமானம் ஏறிவிடுவது.

இந்த சவூதி பாஸ்போர்ட், சவுக்கார்பேட்டை பாஸ்போர்ட் எல்லாம் உற்பத்தி பண்ணிக்கொடுக்க வேண்டிய பொறுப்பையும் ஜமா இஸ்லாமியா ஏற்றிருந்தது. (காலீத் ஷேக்கே இதற்கு ஏற்பாடு செய்துவிட்டார் என்றும் ஒரு தகவல் உண்டு.)

இவர்கள் இருவரும் மூசாவி வந்து தங்கிய ஃப்ளாட்டிலேயே தங்க வைக்கப்பட்டார்கள்.

அடுத்த பேட்சில் வந்து சேர்ந்த கல்லத் மற்றும் அபூ பாரா இருவரையும் ஹம்பாலி தன்னுடைய வீட்டிலேயே தங்கச் செய்தார். அவர்களுக்குக் கொடுக்கப்பட்டிருந்த முக்கியமான காரியம், விமான நிலையங்களில் பாதுகாப்பு ஏற்பாடுகள் எப்படி இருக்கின்றன என்பது குறித்து ஒரு ஆய்வு அறிக்கை தயாரிப்பது!

ஹம்பாலி அதற்கான ஏற்பாடுகளைச் செய்து கொடுத்தார். இரண்டு பேருக்கும் விமான நிலையத்தில் தடையின்றி நுழைவதற்கும் தலா ஒரு விமானப் பயணத்துக்கும் அவர் ஏற்பாடு செய்திருந்தார். விமான காக்பிட்டின் அமைப்பு, கதவு திறந்து மூடப்படும் சமயங்கள், விமானி எப்போதெல்லாம் வெளியே வந்து பாத்ரூம் போகிறார், விமானப் பணிப்பெண்கள் எப்போது சிற்றுண்டி பரிமாறுகிறார்கள், எப்போது மக்கள் சரக்கு பாட்டில் திறக்கிறார்கள், எப்போதெல்லாம் ஒரு தாக்குதலுக்கான தருணம் வாய்க்கிறது என்று பார்ப்பதற்கான வாய்ப்பு இது.

ஒரு விஷயம். இதெல்லாம் ஒவ்வொரு தேசத்து விமானத்திலும் வேறு வேறு மாதிரி இருக்கும். எல்லா விமானங்களும் ஒரே மாதிரியும் இருக்காது. ஹம்பாலி ஏற்பாடு செய்திருந்தது, இரண்டு பேருக்குமே அமெரிக்கன் ஏர்லைன்ஸ் விமானங்களைத்தான். டார்கெட் அதுதானே?

❍

டிசம்பர் 31ம் தேதி (2000) கல்லத் முதல் முதலாக மலேசியாவிலிருந்து பாங்காக் செல்லும் விமானம்

ஒன்றில் ஏறினான். மறுநாள் அங்கிருந்து ஒரு அமெரிக்கன் ஏர்லைன்ஸ் விமானத்தைப் பிடித்து ஹாங்காங் சென்றான். அந்த விமானத்தில் அவன் முதல் வகுப்பு டிக்கெட் எடுத்திருந்தான். டிக்கெட் எடுத்த பிறகுதான் தெரிந்தது, அது ஒரு மடத்தனமான செயல் என்பது.

ஏனெனில் அமெரிக்கன் ஏர்லைன்ஸ் விமானங்களில், முதல் வகுப்பில் இருந்தபடி காக்பிட்டை கவனிக்க முடியாது.

அடடா என்று கொஞ்சம் வருத்தப்பட்டாலும் உடனடியாக சுதாரித்துக்கொண்டு அடுத்தக் காரியத்தில் இறங்கினான். விமானத்தில் பாதுகாப்பு ஏற்பாடுகள் எப்படி இருக்கின்றன? அதைத் தெரிந்துகொள்ளலாமே?

பொதுவாக விமானங்களில் எந்த விதமான ஆயுதங்களும் எடுத்துச் செல்ல அனுமதி கிடையாது. நேரடி ஆயுதமாகத்தான் இருக்க வேண்டுமென்பதில்லை. ஆயுத ஜாதியில் ஒரு சாது வஸ்துவுக்குக் கூட அனுமதி கிடையாது. அமெரிக்கன் ஏர்லைன்ஸில் இந்த விஷயத்தில் ரொம்ப கறாராக நடந்துகொள்வார்கள்.

எனவே கல்லத் ஒரு பரிசோதனை முயற்சியாகத் தன்னுடைய டாய்லெட் கிட்டில் ஒரு கட்டிங் ப்ளையரை எடுத்துக்கொண்டு சென்றிருந்தான். அதிகாரிகள் வந்தார்கள். திறந்து பார்த்தார்கள். மூடிக் கொடுத்துவிட்டார்கள். ஒரு கொசுவின் கண்ணிலும் அது வித்தியாசமாகப்படவில்லை!

உற்சாகமாகிவிட்டான் கல்லத். மறுநாள் இன்னொரு விமானம் ஏறி பாங்காக் வந்துவிட்டான். பாங்காக்

விமான நிலைய அதிகாரிகள் அவனது டாய்லெட் கிட்டைத் திறந்து கட்டிங் ப்ளையரை வெளியே எடுக்கவும் செய்தார்கள். ஆனால் அப்படியும் இப்படியும் திருப்பிப் பார்த்துவிட்டு சமர்த்தாக உள்ளே வைத்துக் கொடுத்துவிட்டார்கள்.

இதே மாதிரியான விமானப் பயணங்களை அபூ பாராவும் மேற்கொண்டான். மூன்று அல்லது நான்கு பயணங்கள். விமானம், விமான நிலையம் எல்லாம் எப்படி இருக்கும், செக்யூரிடி எப்படி, அமெரிக்கன் ஏர்லைன்ஸ் விமானங்களின் தனித்தன்மை என்ன, உள்ளே யார் எப்படி நடந்துகொள்கிறார்கள் என்று எல்லாவற்றையும் கவனமாகப் பார்த்துக் குறித்துக்கொண்டார்கள்.

இந்த நோட்டமிடும் காண்டம் ஒரு புறம் நடக்க, மறுபுறம் ஹம்பாலி அவர்களுக்கு அடிப்படை ஆங்கிலம் போதிக்கும் பணியையும் மேற்கொண்டார். பெரும்பாலான *9/11* குற்றவாளிகளுக்குக் கல்வியறிவு கிடையாது. ஜெர்மனியிலிருந்து வந்த நான்கு பேருக்கும் கல்லத், மூசாவி போன்ற ஒரு சிலருக்கும் மட்டும்தான் படிப்பறிவு - ஆங்கில அறிவு உண்டு. மற்ற சவூதி அரேபியத் தீவிரவாதிகள் அனைவரும் கைநாட்டுக் காரர்கள்.

அவர்களுக்கு ஆங்கிலப் பயிற்சி, டெலிபோன் அமெரிக்க டெலிபோன் டைரக்டரியை வைத்துக் கொண்டு அமெரிக்கப் பெயர்ப் பரிச்சயப் பயிற்சி, விமான சிமுலேட்டர் மென்பொருளைக் கொண்டு விமானம் ஓட்டும் பயிற்சி போன்றவற்றையும் ஜமா இஸ்லாமியாவின் கமாண்டர்கள் சிலர் அளித்ததற்கான ஆதாரங்கள் இருக்கின்றன.

இவற்றையெல்லாம் பெரும்பாலும் காலீத் ஷேக் முஹம்மதுவே கராச்சியில் செய்துவிட்டார் என்றபோதும் பாங்காக்கிலும் மலேசியாவிலும் வைத்து, ஜமா இஸ்லாமியா கமாண்டர்களும் மேற்படி பயிற்சியை அளித்திருக்கிறார்கள்.

இதெல்லாம் கூடப் பிரமாதமில்லை. இன்றுவரை விடை கிடைக்காத ஒரு கேள்விக்கான காரியத்தையும் 9/11 தீவிரவாதிகள் கிழக்காசியாவுக்கு வந்திருந்தபோது ஜமா இஸ்லாமியா செய்தது. அது - ஜக்கரியாஸ் மூசாவிக்கு அம்மோனியம் நைட்ரேட் என்கிற வேதிப்பொருள் வாங்குவதற்குக் கணிசமாக அவர்கள் உதவியிருக்கிறார்கள்.

அம்மோனியம் நைட்ரேட் என்பது பெரும்பாலும் சக்தி மிக்க வெடி குண்டுகளுக்கு மூலப்பொருளாகப் பயன்படும் பொருள். மூசாவிக்கு அது எதற்கு? ஒசாமா வாங்கி வரச் சொன்னாரா? அவருக்குத்தான் எதற்கு? வெடிபொருளை மலேசியாவில் வாங்கி எங்கே எடுத்துப் போகப் போகிறார்கள்? ஆப்கனிஸ்தானுக்கா? அமெரிக்காவுக்கேவா? அமெரிக்காவுக்கு என்றால் அங்கே அதற்கென்ன வேலை? விமானமே அல்லவா ஆயுதமாகப் போகிறது?

இக்கேள்விகளுக்கு மட்டும் பதில் கிடையாது. இன்றுவரை உயிருடனேயே இருக்கிற கேள்விகள் இவை.

12

சொந்த சாகித்தியம்

அடைக்கலம் கொடுத்து, பயிற்சி கொடுத்தது, ஆயுதம் வாங்க உதவி செய்தது. இந்த மூன்றும்தான் செப்டெம்பர் 11 சம்பவம் தொடர்பாக ஜமா இஸ்லாமியாவுக்கு இருந்த பங்கு. இன்னும் சொல்வதென்றால், வந்த விருந்தாளிகளுக்கு உட்கார வைத்து பிரியாணி போட்டது, கைச்செலவுக்குக் காசு கொடுத்தது, எதிர்கால சதித் திட்டங்கள் குறித்துக் கலந்துரையாடியது என்று நாலைந்து அடுக்கலாம்.

ஜமாவுக்கும் அல் காயிதாவுக்குமான தொடர்பு இந்தச் சம்பவத்தின் மூலம் அத்தனை தேசத்து உளவுத்துறைகளுக்கும் வெட்ட வெளிச்சமாகிவிட்ட பிறகு, கிழக்காசியாவெங்கும் ஜமா இஸ்லாமியாவின் ஆள்களைத் தேடித்தேடிக் கைது செய்யும் படலம் 2001 அக்டோபருக்குப் பிறகு ஆரம்பமானது.

இந்த விஷயம் பற்றிப் பெரிதாக அலட்டிக்கொள்ளாத ஜெமா இஸ்லாமியா, தனிப்பட்ட முறையில் சில

அமெரிக்க இலக்குகளைக் குறிவைத்து பேட்டை அளவில் சில தாக்குதல்களை உத்தேசித்து, திட்டமிட ஆரம்பித்தது. குறைந்தது இரண்டு அல்லது மூன்று தேசத்து அமெரிக்கத் தூதரகங்களையாவது வெடி வைத்துத் தகர்ப்பது என்பது அவர்களுடைய பிரதானமான திட்டம். ஆப்கனிஸ்தானிலும் பிலிப்பைன்ஸிலும் நன்கு பயிற்சி பெற்ற சுமார் அறுபது போராளிகளை இத்திட்டத்துக்காகப் பிரத்தியேகமாகப் பயிற்சியளித்துத் தயார் செய்துகொண்டிருந்தார் ஹம்பாலி.

ஆனால் டிசம்பர் 2001ல் அவர்கள் சற்றும் எதிர்பாராவிதத்தில் மலேசியாவிலும் சிங்கப்பூரிலும் இருந்த ஜமாவின் சில ரகசிய முகாம்களை சிங்கப்பூர் மற்றும் மலேசிய போலீசார் சுற்றி வளைத்து சர்வ நாசம் செய்துவிட்டார்கள். ஒரு தலை கூட மிஞ்சவில்லை. அத்தனை பேரையும் சுட்டுத் தீர்த்துவிட்டார்கள். அங்கிருந்த வெடி பொருள்கள், ஆயுதங்கள் அனைத்தும் கைப்பற்றப்பட்டன. கூடாரங்கள் இருந்த சுவடே தெரியாதவண்ணம் நிர்மூலமாக்கிவிட்டே வீட்டுக்குப் போனார்கள்.

ஜமா இஸ்லாமியாவின் சரித்திரத்தில் அம்மாதிரியான ஒரு மாபெரும் எதிர்ப்பு - தோல்வி - சரிவு அதற்குமுன் ஏற்பட்டதில்லை ஆதலால் முதலில் கொஞ்சம் வெலவெலத்துப் போனார்கள். சிலிர்த்து எழுந்து அல் காயிதா ஸ்டைலிலேயே ஒரு அமெரிக்கப் போர்க்கப்பலைத் தகர்க்கும் புதிய திட்டம் ஒன்றைத் தீட்டினார்கள்.

கிழக்குக் கடலில் மீன்களைக் காட்டிலும் அதிகம் மேய்பவை அமெரிக்கக் கப்பல்கள்தான். போர்க் கப்பல்களும் வரும், வர்த்தகக் கப்பல்களும் வரும்.

எதைத்தாக்குகிறோம் என்பது முக்கியமல்ல; பாதிப்பு மிகப் பெரிய அளவில் இருக்க வேண்டும் என்றார் ஹம்பாலி. தோல்வியின் வெறி அவரை உசுப்பேற்றியிருந்தது.

ஆனால் அதிர்ஷ்ட அல்லது துரதிருஷ்டவசமாக அந்தத் திட்டமும் நிறைவேற்றப்படவில்லை. கிழக்காசிய நாடுகள் அனைத்துமே விழித்துக்கொண்டு ஜமாவின் கூடாரங்களைச் சல்லடை போட்டுத் தேடிக்கொண்டிருந்தன. மறுபுறம் சர்வதேச உளவு அமைப்புகள் ஒருங்கிணைந்து, ஜமாவின் நெட் ஒர்க்கைக் கண்டுபிடித்து அழிக்கும் பணியில் தீவிரமாக ஈடுபடத் தொடங்கியிருந்தன. டிசம்பர் 2001 மற்றும் ஜனவரி 2002 ஆகிய இரு மாதங்களில் மட்டும் ஜமா இஸ்லாமியாவின் முக்கியத் தலைவர்கள் பலர் உள்பட நூற்றுக்கணக்கானவர்கள் மலேசியாவிலும் இந்தோனேஷியா, தாய்லாந்திலும் கைது செய்யப்பட்டார்கள்.

இந்த அதிரடி நடவடிக்கைகளால் சற்றே பயந்த ஜமா மேலிடம் தாற்காலிகமாகத் தன் 'சமூக சேவை'களைக் கொஞ்சம் ஒத்திப்போடலாம் என்று முடிவு செய்தது. ஹம்பாலி உள்ளிட்ட மிச்சம் மீதி இருந்த தலைவர்கள் தலைமறைவானார்கள். பஷீருக்குச்சொந்தமானகல்வி நிறுவனங்கள் காலவரையறையற்று மூடப்பட்டன. பல அறக்கட்டளை போர்டுகள் இரவோடு இரவாகக் காணாமல் போயின. பிராந்தியத்தில் ஒவ்வொரு தொகுதி வாக்காளர் பட்டியலிலும் சில பெயர்கள் திடீரென்று இல்லாமல் ஆயின.

என்ன நடக்கிறதென்றே யாருக்கும் புரியவில்லை. ஒரு பக்கம் அமெரிக்க அரசின் இமாலயக் கோபம் மற்றும் யுத்த வெறித் தாண்டவம். இன்னொரு

பக்கம் உள்நாட்டுப் பாதுகாப்புப் பிரச்னை கருதி, மலேசிய, சிங்கப்பூர், இந்தோனேஷிய அரசுகள் தன்னிச்சையாகவும் மேற்கொண்ட தற்காப்பு உத்திகள். உளவுத் துறையும் காவல் துறையும் தூக்கமற்ற துறைகளாகிப் போயின.

ஜமா இஸ்லாமியாவிலும் யாரும் தூங்கவில்லைதான். அவர்கள் சற்றே கலங்கியிருந்தார்கள். அந்தச் சூழ்நிலையில் அல் காயிதாவிடமிருந்து வழி காட்டுதல்களோ, உதவிகளோ சாத்தியமில்லை என்பது அவர்களுக்குத் தெரியும். ஆப்கனிஸ்தானில் யுத்தம் படு தீவிரமாக நடந்துகொண்டிருந்தது. கந்தஹார், காபூல், ஜலாலாபாத் என்று ஏரியா ஏரியாவாக எரிந்துகொண்டிருந்தது. அல் காயிதாவின் பிற கிழக்காசிய நெட் ஒர்க் நண்பர் குழாத்தையும் தொடர்புகொள்ள முடியவில்லை.

ஆப்கனிஸ்தானுக்குப் போய் அமெரிக்காவுக்கு எதிரான யுத்தத்தில் பங்கு கொள்ளலாம் என்று ஜமாவில் பலபேர் விரும்பினாலும், நடைமுறையில் அது சாத்தியமில்லை என்பது புரிந்திருந்தது. ஏதாவது வகையில் அல் காயிதாவுக்கு ஆதரவாக, அதே சமயம் அமெரிக்காவை வெறுப்பேற்றும் வகையில் தம் செயல்பாடுகள் இருந்தே தீரவேண்டும் என்று ஹம்பாலி விரும்பினார்.

என்ன செய்யலாம் என்று பரபரவென்று யோசித்தார். மலேசியாவில் அப்போது அவர் இருந்தார். தங்கியிருந்த இடத்தை விட்டு ஒரு டீ குடிக்க வெளியே வந்தால் கூட ஆபத்து என்கிற நிலை. ஆனாலும் இது செயல்பட்டாக வேண்டிய தருணம் அல்லவா?

தமக்கு மிகவும் நெருக்கமான ஒரு மத போதகர் மூலம் பாங்காக்கில் இருக்கும் தன் சகாக்கள் இரண்டு

பேருக்கு ஒரு ரகசியச் செய்தியை அனுப்பினார் ஹம்பாலி. ரகசியம் என்றால் படு ராவான ரகசியம். குர் ஆனின் சில சூராக்களிலிருந்து தேர்ந்தெடுத்த வார்த்தைகளைக் கொண்டு புதியதொரு அர்த்தம் தரத்தக்க பாடல் வரி போன்ற கடிதம் அது.

அந்தக் கட்டமைப்பை உடைத்து வார்த்தைகளை மாற்றிப் படித்தால் கடிதத்தின் செய்தி இப்படி இருக்கும்: 'விரைவில் ஒரு கூட்டத்துக்கு ஏற்பாடு செய்யவும். நம் சகாக்கள் அனைவரையும் பாங்காக் வந்து சேரச் சொல்லவும். நான் பத்து நாளில் அங்கிருப்பேன்.'

○

நம்பவே முடியாத ஹாலிவுட் திரைப்படக் காட்சி போன்ற சம்பவங்கள் அடுத்தடுத்து நடந்தேறின.

ஹம்பாலி ஒரு பிச்சைக்காரன் வேஷம் அணிந்து மலேசியாவின் எல்லையை நடந்தே கடந்து சிங்கப்பூருக்குச் சென்றார். அங்கிருந்து ஒரு சரக்குக் கப்பலில் ஏறி, உருளைக் கிழங்கு பீப்பாய் ஒன்றினுள் ஒளிந்து கடந்து தாய்லாந்தின் தலைநகரை அடைந்தார். கார்கோவில் கிடந்த உருளைக் கிழங்கு டப்பாக்கள் மூன்று நாள்கள் சீந்துவாரின்றி இருந்தன. ஒரு வாய் சோறு, தண்ணீர் இல்லாமல் உருளைக் கிழங்குகளோடு கிழங்காக ஹம்பாலியும் இருந்தார்.

நான்காவது நாள், அந்தக் கிழங்கு மூட்டைகளுக்குக் கதவுதிறந்தன. கண்டெய்னர்லாரிஒன்றில்கட்டுமானப் பணிகளுக்குத் தேவையான பொருள்களோடு பொருளாக ஹம்பாலி 'ஏற்றப்பட்டு', குறிப்பிட்ட இடத்துக்கு பத்திரமாக வந்து சேர்ந்தார்.

2002 ஜனவரி இறுதியில் (சரியான தேதி தெரியவில்லை) அந்த ரகசியக் கூட்டம் நடைபெற்றது. பங்குபெற்றவர்களின் எண்ணிக்கை 35. அத்தனை பேரும் ஜமா இஸ்லாமியாவின் பல்வேறு பகுதிகளின் கமாண்டர்கள். ஹம்பாலி பேசினார்:

'மிகப்பெரிய தாக்குதல் திட்டங்களை நாம் வகுத்திருந்தோம். துரதிருஷ்டவசமாக இப்போது நமக்கான நேரம் கூடிவரவில்லை. அதற்காக ஒரு பூனையைப் போல் பதுங்கி ஓடி வாழ்வது நம் இயல்புக்குப் பொருந்தாத காரியம். தவிரவும் அங்கே ஆப்கனிஸ்தானில் நமது தோழர்கள் அமெரிக்க வெறியர்களுடன் யுத்தம் செய்துகொண்டிருக்கும் போது நாம் பதுங்கி, உயிரைக் காப்பாற்றிக்கொள்ளப் போராடுவது அருவருப்பானது.

எனவே நமது திட்டத்தைக் கிடப்பில் போடாமல், சிறு மாறுதல்கள் மட்டும் செய்ய உத்தேசித்திருக்கிறேன்..'

அத்தனை பேரும் மிகக் கவனமாகக் கேட்டுக் கொண்டிருந்தார்கள். அந்த இடம் பாங்காக்கின் சந்தடி மிக்க சாலை ஒன்றில், காவல் நிலையத்துக்கு அடுத்தக் கட்டடம். (ஒருவேளை பின்புறக் கட்டடமாகவும் இருக்கலாம். இதற்கும் விவரம் சரியாக இல்லை. ஆனால் 'பாதுகாப்பு' கருதி, காவல் நிலையத்தை ஒட்டிய ஓரிடத்திலேயே இந்தக் கூட்டம் நடத்தப்பட்டதாக, பின்னாளில் கைதான ஜமா இஸ்லாமியா போராளி ஒருவர் வாக்குமூலம் அளித்திருக்கிறார்.) ஒலி புகாத மரத்தடுப்புகள் செய்யப்பட்டு, தாற்காலிகமாக உருவாக்கப்பட்டிருந்த ஒரு பாதாள அறையில் இக்கூட்டம் நடத்தப்பட்டிருக்கிறது.

ஹம்பாலி அந்தக் கூட்டத்தில் முன்வைத்த யோசனை இதுதான். பெரிய திட்டங்களைத் தீட்டி, செயல்படுத்த முடியாமல் போவதைக் காட்டிலும் ஆங்காங்கே, அடுத்தடுத்துப் பல சிறிய நாசகாரியங்களைத் தொடர்ச்சியாகப் போதிய கால இடைவெளியில் செய்துகொண்டே இருக்கலாம்!

'நாம் ஹோட்டல்களைக் குறிவைக்கலாம். நட்சத்திர ஹோட்டல்கள். குறிப்பாக அமெரிக்க சுற்றுலாப் பயணிகள் அதிகம் நடமாடும் ஹோட்டல்கள். சுற்றுலாத் தலங்கள் அனைத்திலும் தலா ஒரு குண்டு என்று கணக்குப் போடுங்கள். எந்த இடத்தையும் விட்டுவைக்க வேண்டாம். எங்கெல்லாம் அந்நிய சுற்றுலாப் பயணிகள் அதிகம் வருகிறார்களோ, அங்கெல்லாம் நாம் குண்டு வைக்கலாம். இதன்மூலம் தென்கிழக்காசிய நாடுகளுக்கு வரும் சுற்றுலாப் பயணிகளின் எண்ணிக்கை கணிசமாகக் குறையும். சுற்றுலாப் பொருளாதாரம் படுக்கும். நம் மீது ஓர் அச்சம் பிறக்கும்..'

ஹம்பாலியின் யோசனை பெரிய எதிர்ப்புகள் ஏதுமில்லாமல் ஏற்கப்பட்டது என்றாலும் அவரது கமாண்டர்களில் சிலர், ஒரே ஒரு பெரிய காரியத்தையாவது செய்துதான் ஆகவேண்டும் என்று ஒற்றைக்காலில் நின்றார்கள்.

கிழக்காசிய நாடுகளின் முதுகெலும்பாகச் செயல் படும் சில முக்கிய எண்ணெய் நிறுவனங்களின் மீது (இவை பெரும்பாலும் அமெரிக்க நிறுவனங்கள்) தற்கொலைப்படைத் தாக்குதல்கள் நிகழ்த்தலாம் என்பது பலரது அபிப்பிராயமாக இருந்தது.

வேறு சிலர், மலேசியாவிலிருந்து பல குட்டித் தீவுகளுக்குக் கடல் மார்க்கமாகச் செல்லும் சில குடிநீர்

பைப்லைன்களை வெடி வைத்துத் தகர்க்கலாம் என்று யோசனை தெரிவித்தார்கள். பல கோடிச் செலவில் ஆண்டுக்கணக்கில் திட்டமிட்டு உருவாக்கப்பட்ட பைப்லைன்கள் அவை. வெடித்து நாசமானால், சீரமைக்க மேலும் பல கோடிகளும் பல்லாண்டுகளும் ஆகும். தவிரவும் மக்களின் அமைதி வாழ்க்கையை முற்றிலுமாகச் சீரழித்துவிடக் கூடிய காரியமாக அது அமையும் என்பது அவர்களது எண்ணம்.

எண்ணெய் நிறுவனங்களின் மீது தாக்குதல் நடத்துவதைக் காட்டிலும் இந்த பைப்லைன்களை அழிப்பது அதிகம் கவன ஈர்ப்பு செய்யும் என்று பலபேர் அபிப்பிராயப்பட்டார்கள்.

வேறு சில கமாண்டர்கள், பெரிய பெரிய அடுக்கு மாடிக் கட்டடங்களில் இயங்கும் அமெரிக்க அலுவலகங்களையும் அதிக பாதுகாப்பு பந்தோபஸ்துகள் இல்லாத தூதரகங்களின் துணை அலுவலகங்களையும் தகர்த்துவிடலாம் என்று யோசனை சொன்னார்கள்.

சுமார் மூன்று நாள்கள் இந்த ஆலோசனை நடை பெற்றது. ஹோட்டல்கள், சுற்றுலாத் தலங்களில் குண்டு வைக்கிற யோசனை ஏகமனதாக ஏற்கப்பட்டது. கூடவே சில குறிப்பிட்ட நேரடி அமெரிக்க இலக்குகளைத் தாக்கியே தீரவேண்டும் என்றும் முடிவானது.

அவற்றுள் முக்கியமானவை சில எரிவாயு மற்றும் நிலக்கரிச் சுரங்கங்கள். யூனோகால், ஹல்லிபர்ட்டன், எக்ஸன்மொபைல், கால்டெக்ஸ், கொனோகோ-பிலிப்ஸ், யூனியன் டெக்ஸாஸ் ஆகிய பிரபல அமெரிக்க நிறுவனங்களுக்குச் சொந்தமான சுரங்கங்கள் அவை.

கொசுறாகச் சில அமெரிக்கப் பள்ளிக்கூடங்கள், இரவு விடுதிகளும் குறிவைக்கப்பட்டன.

ஒவ்வொருவருக்கும் திட்டங்கள் பிரித்துக் கொடுக்கப்பட்டன. யார், எப்போது, எதைச் செய்யவேண்டுமென்று தீர்மானமானது. போதிய ஆள் பலம், ஆயுத பலம், பண பலம் இருக்கிறதா என்று உறுதி செய்துகொள்ளப்பட்டது.

எல்லாம் தயார். வேலையைத் தொடங்கவேண்டியது தான் பாக்கி.

13

ஆப்பரேஷன் ஹம்பாலி

வரிசையாகத் தாக்குதல் திட்டங்களை வகுத்துக் கொடுத்துவிட்டு மலேசியாவுக்குத் திரும்பிவிட்ட பிறகு ஹம்பாலிக்கு ஒரு வேலை மிச்சம் இருந்தது.

எங்கே தலைமறைவாவது?

அது முக்கியமல்லவா? தன் தலை தப்பித்திருக்கும் வரைதான் திட்டங்களை செயல்படுத்தமுடியும். அபூபக்கர் பஷீரோ, சுங்கரோ நேரடியாக எந்த ஒரு தாக்குதல் திட்டத்திலும் ஈடுபட்டதில்லை. ஜமா இஸ்லாமியாவில் அவர்கள் நிறுவனத் தலைவர்கள், சித்தாந்த வழிகாட்டிகள், அரசியல் தலைவர்கள். தாக்குதல் போன்ற விஷயங்களிலெல்லாம் அவர்கள் தலையிட்டதே இல்லை. அனைத்தும் ஹம்பாலியின் பொறுப்பு, ஹம்பாலியின் முடிவு.

ஒரு பிரச்னை என்று பஷீரிடமோ, சுங்கரிடமோ போய் போராளிகள் நின்றால் பே என்று முழிக்கத்தான் முடியும் அவர்களால். ஹம்பாலிதான் அங்கே தளபதி.

அவருக்குத்தான் உத்திகளும் மாற்று உத்திகளும் தெரியும். ஆகவே, எந்த ஒரு பெரிய காரியத்தைத் திட்டமிட்டாலும் அந்தக் காரியத்தின் ஒரு பகுதியாக ஹம்பாலியை அடைகாப்பது என்பதும் இயல்பாக இணைந்துவிடும்.

ஏற்கெனவே இந்தோனேஷிய அரசு ஜமா இஸ்லாமியா ஆள்களைச் சல்லடை போட்டுத் தேடிக்கொண்டிருந்த நிலையில், ஹம்பாலி எங்கே தங்குவார்? எப்படித் தொடர்பு கொள்ள முடியும்?

இன்றுவரை பெயர் தெரியாத ஒரு மூத்த ஜமா இஸ்லாமியா கமாண்டர் கொடுத்த யோசனை ஒன்று ஒப்புக்கொள்ளப்பட்டது.

கிழக்காசிய நாடுகளின் மேப்பை எடுத்து வைத்துக் கொண்டு, தாய்லாந்தில் பாங்காக்குக்கு 75 கிலோ மீட்டர் தொலைவில் உள்ள அயூத்யா என்கிற இடத்தை முதலில் குறித்தார்கள். ஹம்பாலி முதலில் அங்கே போய் இருக்க வேண்டியது. ஒரு பாதுகாப்பான இடத்தை அந்த இடத்தில் நிறுவுவது சிரமமில்லை என்று சகாக்கள் சொன்னார்கள். ஏற்கெனவே அயூத்யாவில் ஜமாவுக்கான நெட் ஒர்க் வலுவாக இருந்தபடியால், ஹம்பாலியை அங்கே தங்க வைத்துப் பராமரிப்பதிலோ, பிற பகுதிகளில் உள்ளவர்களுடன் தொடர்புகொள்வதிலோ பெரிய பிரச்னை வராது என்று முடிவு செய்தார்கள்.

அயூத்யா ஒரு சரித்திர நகரம். பதினான்காம் நூற்றாண்டு தொடங்கி பிரபலமாக இருக்கிற ஒரு கலாசார மையம். எப்போதோ ஒரு காலத்தில் கடல் கடந்து கிழக்கே போன இந்தியர்கள் அங்கே ராமாயணத்தைக் கொண்டுபோய் சேர்க்க, அயோத்தியின் பாதிப்பில் அயூத்யா என்று பெயரிடப்பட்டதாக தாய்லாந்து

சரித்திரத்தில் சிறு குறிப்பு ஒன்று காணக்கிடைக்கிறது. கோயில்கள் இருக்கின்றன. புத்த விஹாரங்கள் இருக்கின்றன. ஒரு சில மசூதிகளும் தேவாலயங்களும் உண்டு. சுற்றுலாப் பயணிகள் எப்போதும் வந்து போகிற இடம்.

ஹம்பாலியும் அப்படித்தான் அங்கே போகத் திட்டமிட்டார். ஒரு சுற்றுலாப் பயணி போல. ஒரு விடுதியிலேயே வாடகை கொடுத்துத் தங்க வைக்க ஏற்பாடு செய்தார்கள். வாரத்துக்கு ஒரு விடுதி என்று பல மாதங்களை விடுதிவாசியாகவே கழிப்பதென்பது முடிவு.

அவர் அயூத்யாவுக்குப் போக இருந்தது 2003ம் ஆண்டு மத்தியில். ஒரு வெடி விளையாட்டு நடத்திப் பார்க்க வாகாக அந்த வருடம் அக்டோபரில் அங்கே சர்வதேச மாநாடு ஒன்று நடைபெறுவதாக அறிவிக்கப்பட்டது. ஆசியா பசிபிக் பொருளாதார ஒத்துழைப்பு மாநாடு என்று அதற்குப் பெயர் (Asia Pacific Economic Cooperation Summit). அமெரிக்க அதிபர் ஜார்ஜ் புஷ் தொடங்கி மொத்தம் இருபத்தியொரு நாடுகளின் தலைவர்கள் வர இருந்தார்கள்.

எப்பேர்ப்பட்ட சந்தர்ப்பம்! வீணாக்குவதற்கு ஹம்பாலி என்ன கோயிஞ்சாமியா? ஆட்டத்தை அயூத்யாவிலிருந்தே தொடங்கிவிடுவது என்று முடிவு செய்தார். ஆனால் பாங்காக்குக்கு எப்படிப் போவது? மறுபடியும் உருளைக்கிழங்கு மூட்டையெல்லாம் சாத்தியமில்லை. விமானம் ஏறித்தான் போய் ஆக வேண்டும். அபாய ஆட்டங்களைத் திரும்பத்திரும்ப ஆடிக்கொண்டிருக்க முடியாது. அவசரங்களுக்கு மட்டுமே அவை சரி.

எனவே ஹம்பாலி போலியாக ஒரு ஸ்பெயின் நாட்டு பாஸ்போர்ட்டைத் தயார் செய்தார். தன்னுடன்

மனைவியையும் இம்முறை அவர் அழைத்துச் செல்ல முடிவு செய்தார். ஹம்பாலியின் மனைவி ஒரு மலேசியப் பிரஜை என்பதால் அவருக்கு அந்த பாஸ்போர்ட்டே போதுமானதாக இருந்தது.

அயூத்யாவுக்குப் போய்விடுவது. அங்கே உட்கார்ந்து கொண்டு அந்த சர்வதேச மாநாடு நடக்கிற சமயத்தில் ஒரு தொடர் வெடிகுண்டுத் திட்டத்தைச் செயல்படுத்துவது. முடித்துவிட்டு, அங்கிருந்து புறப்பட்டு சிங்கப்பூர் வழியே மலேசியாவுக்குத் திரும்ப வந்துவிடுவது. மலேசியா முடியாவிட்டால் சீனா அல்லது மங்கோலியாவுக்குப் போய் கொஞ்ச காலம் இருந்துவிட்டு வரும் திட்டமும் இருந்திருப்பதாகத் தெரிகிறது.

அயூத்யா சம்பவம் திட்டமிட்டபடி நடந்துவிடுகிற பட்சத்தில் ஜமா இஸ்லாமியா போட்டுவைத்திருந்த அத்தனை திட்டங்களையும் அடுத்தடுத்துச் செயல்படுத்திவிடுவதில் எந்தப் பிரச்னையும் இராது என்று ஹம்பாலி நினைத்தார். தவிரவும், முன்னதாக திட்டமிட்டபடி நடத்தி முடிந்த பாலி குண்டு வெடிப்பையும் (ஜமா இஸ்லாமியா ஆரம்பித்த முதல் அத்தியாயத்தில் பார்த்தோமே, அது.) அது ஏற்படுத்தியிருந்த பதற்றத்தையும் அரசுகளுக்கு உண்டாகியிருந்த அச்சத்தையும் கணக்கில் கொண்டு பார்த்தால், ஜார்ஜ் புஷ் கலந்துகொள்ளும் மாநாடு நடைபெறும் இடத்தில் ஒரு தாக்குதல் என்பது மிகப்பெரிய விளைவுகளை ஏற்படுத்தும் என்று ஹம்பாலி கணக்கிட்டார்.

இதற்காகவே தமது மற்ற திட்டங்களைச் சற்று ஒத்திவைக்கும்படி சக போராளிகளுக்குச் சொல்லியிருந்தார்.

அந்த நாளும் வந்தது. ஹம்பாலியும் அவர் மனைவியும் திட்டமிட்டபடி மலேசியாவிலிருந்து புறப்பட்டு பத்திரமாகத் தாய்லாந்துக்குப் போய்ச் சேர்ந்தார்கள். சேரும்வரை எந்தப் பிரச்னையும் இல்லை. ஆனால் பாங்காக் விமான நிலையத்தில் ஒரு தாய்லாந்து உளவாளியின் கண்ணில் ஹம்பாலி பட்டார்.

இத்தனைக்கும் ஹம்பாலி அப்போது மாறு வேடத்தில்தான் இருந்தார். எப்போதும் போல் டிரிம் செய்யப்படாமல் நீள வளரவிட்ட தாடி. மழமழவென்று அடித்த புதிய மொட்டை, வழக்கமான இஸ்லாமிய உடையில் அல்லாமல் கோட் சூட் போட்ட மேற்கத்திய கனவான் தோற்றம் என்று அசப்பில் அவர் ஒரு மலேசிய வியாபாரிபோல் காட்சியளித்தார்.

இருந்தாலும் மேற்படி உளவாளிக்கு எங்கோ பொறி தட்டியது. இந்த முகம் தெரிந்த முகமாச்சே. எங்கோ பார்த்திருக்கிறோமே.

அவசர அவசரமாக ஏர்போர்ட் பிரவுசிங் செண்டருக்கு ஓடி, அலுவலக சகாக்களை மெசஞ்சரில் அழைத்தார். என்ன பேசியிருப்பார் என்பது யூகிக்கக்கூடியதுதான். தேடப்படும் பட்டியலில் இருக்கும் தீவிரவாதிகளின் புகைப்படங்கள் உடனே வேண்டும்.

அது ஒரு பெரிய காரியமா? அப்லோட் செய்தால் அப்படியே எடுத்துச் சாப்பிட வேண்டியதுதானே?

ஏழெட்டுப் படங்களைப் பார்த்து அவர் இறுதியில் ஹம்பாலி என்ற ரிதுவன் இஸ்ஸாமுத்தீனின் படத்தையும் ஏர்போர்ட் வாசலில் தான் பார்த்த மலேசிய வியாபாரியின் முகத்தையும் நினைவில் ஒன்று சேர்த்து ஒப்பிட்டு, மாட்னியா மவனே

என்று வெளியே ஓடிவந்தபோது ஹம்பாலி பாங்காக்கிலிருந்து புறப்பட்டு அயூத்யாவை நோக்கிப் போகத் தொடங்கியிருந்தார்.

அப்போது தப்பித்தால் என்ன? ஹம்பாலி வந்திருக்கிறார். தாய்லாந்துக்கு வந்திருக்கிறார். எதற்கு வந்திருப்பார்? நல்லுறவு வளர்த்துவிட்டுப் போகவா? கண்டிப்பாக ஏதாவது நாசகாரியமாகத்தான் இருக்கமுடியும். அடடே, அண்ணன் ஜார்ஜ் புஷ் வேறு வருகிறாரே. ஒண்ணும் ஒண்ணும் கண்டிப்பாக மூன்றுதான்.

விஷயம் படு ரகசியமாகப் பராமரிக்கப்பட்டது. ஹம்பாலியை ஏர்போர்ட்டில் பார்த்த உளவாளிக்கும் தாய்லாந்து உளவுத்துறை சீனியர் ஆபீசர் ஒருவருக்கும் மட்டுமே ஹம்பாலி அங்கே வந்திருக்கும் செய்தி தெரியும். கவனமாக வளைத்துப் பிடிக்க முடிவு செய்தார்கள்.

ஒரு தனிப்படை உருவாக்கப்பட்டது. சுமார் அறுபது பேர் கொண்ட படை என்று கேள்வி. ஆதாரபூர்வத் தகவல் இல்லை இது.

அந்தப் படை மூன்று பிரிவாகப் பிரிக்கப்பட்டது. ஒரு பிரிவு அயூத்யாவுக்குப் போனது. இன்னொரு பிரிவு, தேசத்தின் அத்தனை விமான முனையங்களிலும் முகாமிட்டது. மூன்றாவது பிரிவு மொபைல் பிரிவு. இருபத்தி நான்கு மணி நேரமும் தனியார் வாடகை டாக்சி எடுத்துக்கொண்டு ஊரெல்லாம் தேசமெல்லாம் சுற்றிக்கொண்டே இருக்கவேண்டும் என்பது திட்டம்.

தாய்லாந்து காவல் துறைக்குக் கூட விஷயம் முதலில் தெரிவிக்கப்படவில்லை. அரசியல்வாதிகளுக்கு?

மூச். ஒரு ஈ காக்கைக்குத் தெரியாமல் அப்படி அடைகாத்தார்கள். கோழியை அமுக்கிவிட்டு, பிறகு பிரியாணி போடலாமா, குழம்பு வைக்கலாமா என்று முடிவு செய்துகொண்டால் போச்சு. இப்போது என்ன அவசரம்?

ஒரு பக்கம் ஜார்ஜ் புஷ் கலந்துகொள்ளும் மாநாட்டுக்கான வேலைகள் மும்முரமாக நடந்து கொண்டிருந்தன. மாநாட்டு அரங்கம், பாதைகள், மின்வசதி, தண்ணீர் வசதி, பாதுகாப்பு ஏற்பாடுகள் என்று ரெகுலராக நடைபெறும் பணிகள். அதற்கான ரெகுலர் காவல் துறை, உளவுத்துறை வேலைகள். அந்த உளவு டீமுக்கே இந்த விஷயம் தெரியாது.

இவர்கள் தனியே ஹம்பாலிக்கு வலை விரித்துவிட்டுப் பல்குத்திக்கொண்டிருந்தார்கள். இந்த விவரங்கள் எது குறித்தும் கவலைப்படாத ஹம்பாலி ஒரு விடுதியில் வாடகைக்குத் தங்குவதுபோல் தங்கிக்கொண்டு, அங்கிருந்தபடியே ஒரு சிங்கிள் பெட் ரூம் அப்பார்ட்மெண்ட் ஒன்றை வாடகைக்கு எடுத்து அங்கே வைத்துத் தம் திருப்பணிகளை ஆரம்பித்திருந்தார்.

அதாவது, தங்குவது விடுதியில். வேலை பார்ப்பது அந்த அப்பார்ட்மெண்டில். என்ன வேலை?

வெடிபொருள்களை வாங்கிச் சேகரிப்பது. ஆயுதமாக்குவது. துப்பாக்கிகளைத் தயார் செய்வது. வேண்டிய பிற உபகரணங்களைச் சேகரித்து வைப்பது. ஆள்களை அழைத்துப் பேசி, தயார் செய்வது, பயிற்சி வகுப்புகள் எடுப்பது. சொற்பொழிவாற்றி, உத்வேகப்படுத்துவது.

என்னதான் தன் கணவரின் தொழிலுக்குத் தோள் கொடுக்கிற மனைவி என்றாலும் ஹம்பாலியின்

திருமதியான நொரால்விஸா லீ அப்துல்லா *(Noralwizah Lee Abdullah)* ஒரு பெண்தானே? பொழுது போகவில்லை என்று சில சந்தர்ப்பங்களில் மார்க்கெட்டுக்குப் போய்வரத் தொடங்கினார். இந்த விஷயம் ஹம்பாலிக்குத் தெரியாது.

மார்க்கெட்டுக்குப் போய் அவர் காய்கறிதான் வாங்கினாரோ, கசாப்பு வாங்கிவந்தாரோ தெரியாது. கண்டிப்பாகப் பிரச்னையை வாங்கிவந்துவிட்டார்.

அயூத்யா நகரமெங்கும் கொசு போல் நிறைந்து பரவியிருந்த தாய்லாந்து உளவுத்துறையினர் ஹம்பாலியின் மனைவியைப் பார்த்துவிட்டார்கள். ஒருமுறைதான் தவறவிடலாம். திரும்பத் திரும்பவா செய்வார்கள்?

நொரால்விஸாவுக்குத் தெரியாமல் அவரைப் பின் தொடர்ந்து சென்று அந்த சிங்கிள் பெட் ரூம் அப்பார்ட்மெண்டை நெருங்கிவிட்டார்கள். ஓஹோ, இதுதான் இடமா? ரொம்ப சரி.

❍

அதற்குப்பின் யாரும் தாமதம் செய்யவில்லை. உடனடியாகக் காவல் துறைத் தலைவருக்குத் தகவல் தெரிவிக்கப்பட்டது. இதற்குள் விஷயத்தை மோப்பம் பிடித்துவிட்ட அமெரிக்க உளவுத்துறை சி.ஐ.ஏவும் தன் படையுடன் இடத்துக்கு வந்து சேர, அத்தனை பேருமாக அப்பார்ட்மெண்டைச் சூழ்ந்துகொண்டு விட்டார்கள்.

வழக்கமான எச்சரிக்கை அறிவிப்பு, அபாயச் சங்கொலி எல்லாம் கிடையாது. ஒன், டூ, த்ரீ. அவ்வளவுதான். கதவை உடைத்துக்கொண்டு

உள்ளே சுட்டபடி பாய்ந்து ஹம்பாலியையும் அவரது மனைவியையும் சுற்றி வளைத்தார்கள். ஜீன்ஸும் டி ஷர்ட்டும் ஸ்டைலாக ஒரு தொப்பியும் அணிந்திருந்த ஹம்பாலி எந்த எதிர்ப்பும் காட்டாமல் சரணடைந்தார். ஏராளமான ஆயுதங்களும் வெடி மருந்துகளும் சில மேப்புகளும் ஒன்றிரண்டு லேப்டாப்களும் அங்கிருந்து கைப்பற்றப்பட்டன.

அன்றைக்கு ஆகஸ்ட் 11, 2003.

செப்டெம்பர் 11, 2001 சம்பவம் நடந்த நாளாக அவர்கள் ஹம்பாலியைத் தேடிக்கொண்டிருந்தார்கள். தேடியது வீணாகாத சந்தோஷம் தாய்லாந்து போலீஸுக்கு மட்டுமல்ல, சி.ஐ.ஏவுக்கும்தான்.

அதுதான். அவ்வளவுதான். ஹம்பாலி கைதானதுடன் ஜமா இஸ்லாமியாவின் ஏனைய திட்டங்கள் அனைத்தும் படுத்துவிட்டன. ஹம்பாலி எங்கே கொண்டுபோகப்படுகிறார் என்று கண்டுபிடிப் பதிலேயே அடுத்து வந்த நாள்கள் கழியத் தொடங்கின.

14

மீண்டும் பாலி. மீண்டும் காலி!

கைதான ஹம்பாலி என்ன ஆனார்?

இதற்கு பதில்கள் இரண்டு. கைது செய்த கையோடு அவரை அமெரிக்க உளவுத்துறையான சி.ஐ.ஏவிடம் இந்தோனேஷியக் காவல்துறை ஒப்படைத்துவிட்டது என்பது முதல் பதில். (செப்டெம்பர் 11 சம்பவத்தில் அவர் மிக முக்கியக் குற்றவாளிகளுள் ஒருவர் என்பதனால்.) இரண்டாவது பதில், அப்படி ஒப்படைக் கப்பட்ட ஹம்பாலியை சி.ஐ.ஏ., க்யூபாவுக்கு அருகே ஒரு குட்டித்தீவில் ரகசியச் சிறையில் அடைத்து விசாரிக்கத் தொடங்கியது என்பது.

அவரது கைதுச் செய்தி மட்டும்தான் மீடியாவுக்கு வந்தது. சி.ஐ.ஏ அவரை எங்கே கொண்டு போயிருக் கிறது, என்ன விசாரிக்கிறார்கள், ஹம்பாலி என்ன பதில் சொன்னார், அல்லது சொன்னாரா என்பதெல்லாம் வெகு நாள்கள் சஸ்பென்ஸாகவே இருந்தன.

இதனிடையில் இராக்கில் போர்க்கைதிகளை அமெரிக்க - பிரிட்டிஷ் கூட்டு ராணுவம் படுத்துகிற

பாடுகள் எல்லாம் பேப்பரில் வந்துவிட, கைதிகளை அவர்கள் நடத்தும் விதம் சர்வதேச அளவில் ஒரு பெரும் விவாதப் பொருளாகி, ஜார்ஜ் புஷ்ஷின் இமேஜ் டேமேஜ் ஆகத் தொடங்கியது. உலகில் எங்கெல்லாம் அமெரிக்கா தன்னுடைய ரகசியச் சிறைச்சாலைகளை நிறுவியிருக்கிறது, எங்கெங்கே யார் யார் இருக்கிறார்கள் என்று புலனாய்வு ஏஜென்சிகள் தேடத் தொடங்கின. பத்திரிகைகளும் தம் பங்குக்குப் பாதி உண்மையாகவும் பாதி கற்பனையாகவும் நிறைய தகவல்களையும் வதந்திகளையும் அள்ளிப்போட ஆரம்பித்தன.

ஏற்கெனவே இராக் விவகாரத்தில் அமெரிக்காவின் கெட்ட பெயர் மேலும் கெட்டுக் குட்டிச்சுவரான பெயராகிப் போய்விட, சில தற்காப்பு நடவடிக்கைகளை மேற்கொள்ளும்பொருட்டு, ஒரு சில முக்கியமான கைதிகளை மட்டும் ரெகுலர் சிறைகளுக்கு மாற்றிவிட முடிவு செய்தார்கள். ஆனால் அறிவிப்பு ஏதும் கிடையாது.

அந்த வகையில் க்யூபாவுக்குப் பக்கத்தில் எங்கோ இருந்த ஹம்பாலி, திடீரென்று ஒருநாள் ராவோடு ராவாக ஜோர்டனுக்கு மாற்றப்பட்டார். இந்த விஷயம் யாருக்கும் தெரியாது என்று அமெரிக்கா நினைத்துக்கொண்டிருக்க, 'ஹாரெட்ஸ்' *(Haaretz)* என்கிற ஹீப்ரு மொழிப் பத்திரிகை *(இப்பத்திரிகையின் சுருக்கிய வடிவம் ஆங்கிலத்திலும் மொழிபெயர்க்கப்பட்டு இண்டர்நேஷனல் ஹெரால்ட் டிரிப்யூன் இதழுடன் சேர்த்து வினியோகமாகிறது.)* போட்டு உடைத்துவிட்டது.

அந்தச் செய்தி தெரியும்வரை ஜமா இஸ்லாமியாவின் மத்தியக் கிழக்கு ஏஜெண்டுகளும் நண்பர்களும்

நல்லுறவு நேசர்களும் வரிந்து கட்டிக்கொண்டு ஹம்பாலியின் இருப்பிடம் குறித்துத் தகவல் தேடிக்கொண்டிருந்தார்கள். ஒரு துண்டுச் சீட்டு வந்துவிடாதா என்று இருபத்தி நான்கு மணிநேரமும் விழிப்புடன் காத்திருந்தார்கள்.

வரத்தான் செய்தது. துண்டுச் சீட்டல்ல. ஹம்பாலியின் வாக்குமூலங்கள் என்கிற பெயரில் பக்கம் பக்கமாகக் காவல்துறை அறிக்கைகளே.

அல் காயிதாவுடனான தொடர்பு, 9/11 சம்பவத்தின் பின்னணி விவரங்கள், அதில் ஜமாவுக்கு இருந்த பங்கு, அல் காயிதா மூலம் ஜமா இஸ்லாமியா பெற்ற - பெற்றுக்கொண்டிருக்கிற நிதி உதவி குறித்த தகவல்கள், கிழக்காசிய நாடுகளில் அல் காயிதாவுடன் இணைந்து அவர்கள் செய்ய இருந்த நாசகாரியங்கள் குறித்த விவரங்கள், அவை செயல்படுத்தப்படாமல் போனதற்கான காரணங்கள் இன்னபிற பல அரிய உண்மைகள் வெளிவந்ததற்கு ஹம்பாலியின் வாக்குமூலங்கள்தான் முக்கியக் காரணம்.

அமெரிக்கச் சிறைகளில் கைதிகள் எப்படி விசாரிக்கப்படுவார்கள் என்பதற்குப் பெரிய விளக்கங்கள் எதுவும் வேண்டாம் அல்லவா? இராக் சிறைக்காட்சிகள் புகைப்படங்களாக வந்தது நினைவிருக்குமே? இராக்கில் மட்டுமல்லாமல் உலகமெங்கும் இருக்கும், இயங்கும் அமெரிக்கச் சிறைகளில் கையாளப்படும் உத்திகள் அவைதான். இதில் சந்தேகமில்லை. மனித உரிமை மீறல் என்பதை ஒரு கலையாகப் பயின்றுவரும் தேசம் அது. ஆனாலும் மிகப்பெரிய ஜனநாயக தேசம். அதில் சந்தேகமில்லை.

ஹம்பாலியின் கைதுக்குப் பின் ஜமா இஸ்லாமியா வின் செயல்பாடுகள் வெகுவாகக் குறைந்துவிட்டன. அநேகமாக கூடாரத்தை காலி பண்ணும் விதமாகப் பெரும்பாலான போராளிகளை இந்தோனேஷிய, மலேசியக் காவல் துறையினர் கைது செய்து விட்டார்கள். அதில் பாதிபேர் அமெரிக்கச் சிறைகளுக்குப் போக, மீதிப் பேர் அந்தந்த தேசத்துச் சிறைச்சாலைகளிலேயே சொச்ச காலத்தைக் கழிக்க வேண்டியதாகிவிட்டது.

முன்னதாக 1998ல் இந்தோனேஷிய அதிபர் சுஹர்தோ பதவி விலகிவிட, தைரியமாக இந்தோனேஷியாவுக்கு வந்த அபூபக்ர் பஷீர், இந்தோனேஷியன் முஜாஹிதீன் கவுன்சில் என்கிற அமைப்பைத் தோற்றுவித்து, அதன் தலைவராகப் பதவியேற்றுக்கொண்டிருந்தார். பெயரளவில் முஜாஹிதீன் கவுன்சிலாக இருந்தாலும் தனக்கு தீவிரவாதத்தில் சற்றும் நாட்டமில்லை என்றும் ஜமா இஸ்லாமியாவின் தாக்குதல் நடவடிக்கைகளோடு தொடர்பில்லை என்றும் அறிவித்திருந்தார்.

அது ஒரு வகையில் உண்மையும் கூட. ஜமா இஸ்லாமியாவை ஒரு முழுமையான தீவிரவாத இயக்கமாக மாற்றியது ஹம்பாலிதான். பஷீர் காலத்தில் அது ஒரு சாதாரண எதிர்ப்பு இயக்கமாக மட்டுமே இருந்தது. தவிரவும் ஏற்கெனவே அவர் பெற்றிருந்த கல்வியாளர் இமேஜ், தீவிரவாதக் குழுத்தலைவராக அவரை நினைத்துப் பார்க்கவிடாமல் கணிசமாகத் தடுத்தது.

பஷீர் இப்படிப் போக, அவருடன் இந்தோனேஷியா வந்த அப்துல்லா சுங்கர், எதிர்பாராவிதமாக மரணமடைந்துவிட, ஜமா இஸ்லாமியா ஒரு சரியான தலைவர் இல்லாமல் தள்ளாடத் தொடங்கியது.

இரண்டாம் கட்டத் தலைவர்களாக அறியப்பட்ட ஹஸாரி ஹுசைன் *(Azhari Husin)*, முஹம்மது நூருத்தீன் *(Mohammad Noordin)* போன்றவர்கள் அல் காயிதாவின் உதவியும் இல்லாமல், ஹம்பாலியின் இருப்புமில்லாமல் இயக்கத்தைக் கொண்டுசெல்ல முடியாதவர்களாக இருந்தார்கள்.

இருப்பினும் தம் இருப்பை ஸ்தாபித்துக்கொள்வதற் காக வருஷத்துக்கு ஒன்று என்கிற அளவிலாவது ஏதாவது சதித்திட்டம் தீட்டாமல் இல்லை. அப்படித்தான் *2004* செப்டெம்பரில், ஜகார்த்தாவில் உள்ள ஆஸ்திரேலிய தூதரகத்தின் வாசலில் ஒரு கார் குண்டுத் தாக்குதலை மேற்கொண்டார்கள். மூன்று பேரைக் கொண்டுவிட்டு நூற்றுப்பத்து பேரைக் காயத்துக்கு உள்ளாக்கிய தாக்குதல் அது.

அதன்பின் மீண்டும் ஒரு வருடம் இருக்குமிடமே தெரியாமல் இருந்தது. அக்டோபர் *1, 2005*ம் ஆண்டு மீண்டும் அதே பாலியில் ஒரு தற்கொலைத் தாக்குதல். முந்தைய பாலி குண்டுவெடிப்புச் சம்பவத்தைத் தூக்கிச் சாப்பிடும்படியாக இது இருக்கவேண்டுமென்பதுதான் ஜமா இஸ்லாமியா வின் நோக்கம். கவனமாக மூன்று இடங்களைத் தேர்ந்தெடுத்தார்கள். வழக்கமான ரசாயன குண்டாக அல்லாமல் இம்முறை புராதனமான 'பால் பேரிங்' குண்டுகளையே பயன்படுத்த முடிவு செய்தார்கள். முந்தைய பாலி குண்டுவெடிப்புச் சம்பவத்தைப் போலவே இங்கும் தற்கொலைப்படை வீரர்கள் மூவர். அதே மாதிரியான ஹோட்டல் வளாகம். அதே மாதிரியான தாக்குதல் உத்தி.

நேரத்தில் மட்டும் மாறுதல். இம்முறை மாலை ஆறே முக்காலுக்கே ஆரம்பித்து ஏழே காலுக்குள் கடையைக் கட்டிவிட்டார்கள்.

மூன்று குண்டுகளும் அச்சுப் பிசகாமல் வெடித்தன.

இத்தனைக்கும் முந்தைய மூன்று மாதங்களாக இந்தோனேஷியாவின் மூலை முடுக்கெல்லாம் தீவிரவாதத் தாக்குதல் நடக்கலாம் என்று உளவுத் துறையினர் எச்சரித்துக்கொண்டே இருந்தார்கள். நாளிதழ்கள் பக்கம் பக்கமாக கேள்விக்குறியுடன் கட்டுரைகள் வெளியிட்டுக்கொண்டே இருந்தன.

அமெரிக்க உளவுத்துறையும் ஆஸ்திரேலிய உளவுத் துறையும் கூட ஒரு பயங்கரத் தாக்குதலுக்கான எச்சரிக்கை சங்கை ஊதிக்கொண்டே இருந்தன.

ஆனாலும் பிரயோஜனமில்லாமல் போய்விட்டது. மூன்று குண்டுகள் வெடித்தன. இருபது பேர் இறந்து போனார்கள். சுமார் 125 பேர் மருத்துவமனையில் ரத்த காயங்களுடன் சேர்க்கப்பட்டார்கள்.

ஒரு விஷயம் சொல்லவேண்டும். மேற்படி குண்டு வெடிப்புச் சம்பவம் நடந்ததும் முன்னைப்போல் உடனடியாக இது ஜமா இஸ்லாமியாவின் சதி என்று இந்தோனேஷிய காவல் துறை அறிவிக்கவில்லை. இப்படியொரு அதி தீவிரத் தாக்குதல் நடத்து மளவு ஜமாவில் இப்போது ஆள் பலம் கிடையாது என்றுதான் அவர்கள் நினைத்தார்கள். பொதுவில் தீவிரவாதிகளுக்கு எச்சரிக்கை விடுக்கும் விஜயகாந்த் பாணி அறிக்கைகள்தான் வெளியாகிக் கொண்டிருந்தன.

ஆனால் புலனாய்வில் இறங்கிய அதிகாரிகளுக்கு ஒரு அமெச்சூர் வீடியோப்படம் கிடைத்தது.

குண்டு வெடித்த ஹோட்டல் ஒன்றில் யாரோ சுற்றுலாப்பயணி சும்மா ஜாலிக்காக எடுத்துக் கொண்டிருந்தது அது.

குண்டு வெடிப்புக்குச் சில வினாடிகள் முன்பு வரையிலான காட்சிகள் அதில் பதிவாகியிருந்தன. ஒரு நபர் முதுகுப் பக்கம் என்னமோ மறைத்த சுமையுடன் உள்ளே வருவதுடன் அந்த வீடியோ நிற்க, அந்த ஆளை வட்டமிட்டு, பட்டியலில் உள்ளவர்களோடு ஒப்பிட்டுப் பார்த்தபோதுதான், அவன் ஒரு ஜமா போராளி என்பதும், நிகழ்த்தியதும் அவர்கள் தான் என்பதும் தெரியவந்தன.

உடனடியாக ஜமாவின் அப்போதைய சீனியர் கமாண்டர்களான முஹம்மது நூர்தீனுக்கும் ஹஸாரி ஹுசைனுக்கும் குறிவைத்து வலைவிரிக்க ஆரம்பித்தார்கள். யார் யாரோ சிக்கினார்கள். தேடிய இருவரும் அகப்படவில்லை. கடும் முயற்சிக்குப் பிறகும் பெரிய தலைகள் யாரும் அகப்படாததில் கடுப்பான காவல் துறை, திடீரென்று அமைதிப் போராளியாக மட்டுமே காட்சியளிக்கத் தொடங்கியிருந்த அபூபக்ர் பஷீரைப் பிடித்து விசாரிக்க முடிவு செய்தது. என்ன இருந்தாலும் ஜமா இஸ்லாமியாவின் ஆன்மிகத் தலைவர் அல்லவா?

ஆனால் பஷீர் மிகக் கடுமையான அறிக்கை ஒன்றை வெளியிட்டார். தாக்குதலுக்கு முதற்கண் கண்டனம். அதுமட்டுமல்லாமல், இந்தோனேஷிய அரசுக்கு ஒரு பகிரங்க எச்சரிக்கை.

இது இறைவனின் சித்தம். தன்னைவிட்டு வெகு தூரம் விலகிச் செல்லும் அரசுக்கு அவராக அளித்திருக்கும் தண்டனை. இந்தோனேஷிய அரசாங்கம் இறைவனுக்கு நெருக்கமாகச் செல்லும் பாதையைத் தேர்ந்தெடுத்து ஆட்சி செய்யுமானால் இம்மாதிரியான சங்கடங்கள் நேராமல் தடுக்கலாம்.

முற்றிலும் வாழைப்பழம், விளக்கெண்ணெய் ரக அறிக்கைதான் என்றாலும், இதையும் பொருட்படுத்தி வாரக்கணக்கில் மக்கள் விவாதிக்கவே செய்தார்கள்.

○

இன்னும் தேடிக்கொண்டுதான் இருக்கிறார்கள்; இன்னும் அச்சத்தில் மிச்சம் சொச்சம் இருக்கத்தான் செய்கிறது. ஆனால் அதற்குப்பின் இன்றுவரை ஜமாவின் பெயரில் வேறெந்த பயங்கரவாத நடவடிக்கையும் மேற்கொள்ளப்பட்டதாகத் தெரியவில்லை.

கிழக்காசிய நாடுகளின் மிக முக்கியமான பிரச்னை, இத்தகைய இயக்கங்களுக்குப் பொதுமக்களிடையே இருக்கும் அனுதாபமும் ஆதரவு அலையும். மெஜாரிடி மக்கள் முஸ்லிம்களாகவும், அரசாங்கம் அமெரிக்க ஆதரவு நிலைபாடு எடுக்கவேண்டியும் இருந்தால் கண்டிப்பாக இத்தகைய அதர்ம சங்கடங்கள் தோன்றவே செய்கின்றன.

இரும்புக்கரம் கொண்டு ஒடுக்க நினைக்கும் அரசுக்குச் சில சமயங்களில் மட்டும்தான் வெற்றி கிடைக்கிறது. பெரும்பாலும் பலத்த இழப்புகளுக்குப் பிறகே அவர்கள் விழித்துக்கொள்கிறார்கள். இந்தோனேஷியா என்றில்லை. மலேசியா, தாய்லந்து, கம்போடியா என்று கடலில் மணல் திட்டுகள் இருக்கிற இடங்களிலெல்லாம் இவர்கள் பரவியிருக்கிறார்கள்.

பயங்கரவாதக் கும்பல், ஆயுதக் கடத்தல் கும்பல், போதைக் கடத்தல் கும்பல், அடியாள் கும்பல், தீவிரவாத நெட் ஒர்க்குக்கு டெக்னாலஜி சப்ளை செய்யும் கும்பல் என்று இவர்களுள் பல ஜாதிகள் உண்டு. பெரியதும் சிரியதுமாக ஆசியாக் கண்டம்

முழுவதும் பரவியிருக்கும் இவர்கள் அனைவரும் பெரும்பாலும் மத்தியக் கிழக்குக் குழுக்கள் மூலம் ஆயுத பலமும் பயிற்சி பலமும் பெறுகிறார்கள்.

இன்றைய சூழலில் பெரும்பாலான மத்தியக் கிழக்கு நாடுகள் அமெரிக்காவின் நிழலுக்குள் வந்துவிட்டபடியாலும், சதாம் போன்ற அமெரிக்க எதிர்ப்பாளர்கள் சமாதிக்குள் உறங்கிவிட்ட படியாலும், அங்கே செய்ய நினைத்து முடியாமல் போகிற காரியங்களை கிழக்காசியா மற்றும் தெற்காசியாவில் செய்து பார்க்க இந்த இயக்கங்கள் முனைப்புடன் பாடுபடுகின்றன. மத்தியக் கிழக்கு அரசியலில் தலையிடும் அளவுக்கு ஆசியாவின் ஏனைய பகுதிகளின் அரசியலில் அமெரிக்கா இப்போதைக்கு அத்தனை சுலபத்தில் மூக்கைக்கூட நுழைக்க முடியாது என்பது இவர்களுக்கு ஒரு வசதி. 2002 பாலி குண்டு வெடிப்புச் சம்பவத்துக்கு முந்தைய தினம் வரை ஜமா இஸ்லாமியாவையே அமெரிக்கா தன் தடை செய்யப்பட்ட இயக்கங்களின் பட்டியலில் வைத்திருக்கவில்லை என்பதை இங்கே நினைவு கூரலாம்.

இந்த நிமிடம் ஜமா இஸ்லாமியா செயல்படாமல் இருப்பது பற்றிச் சற்று நிம்மதியடையலாமே தவிர, நிரந்தரமாக சந்தோஷப்படுவதற்கு இடமே இல்லை.

○○○

www.ingramcontent.com/pod-product-compliance
Ingram Content Group UK Ltd.
Pitfield, Milton Keynes, MK11 3LW, UK
UKHW042124021026
15589UKWH00003B/591
9 789393 882691